CÁC VỊ ĐẠI SƯ
TÁI SINH
TÂY TẠNG

CÁC VỊ ĐẠI SƯ TÁI SINH TÂY TẠNG
NGUYỄN MINH TIẾN biên soạn

Bản quyền thuộc về soạn giả và Nhà xuất bản Liên Phật Hội (United Buddhist Publisher - UBP).

Copyright © 2019 by United Buddhist Publisher
ISBN-13: 978-1-0905-3035-6
ISBN-10: 1-0905-3035-8

© All rights reserved. No part of this book may be reproduced by any means without prior written permission from the publisher.

NGUYỄN MINH TIẾN
biên soạn

CÁC VỊ ĐẠI SƯ TÁI SINH TÂY TẠNG

UNITED BUDDHIST PUBLISHER
NHÀ XUẤT BẢN LIÊN PHẬT HỘI

DẪN NHẬP

Cho đến nay, hầu chưa có một công trình nghiên cứu hoàn chỉnh nào về lịch sử Mật tông được công bố. Những khó khăn về mặt sử liệu có thể làm nản lòng ngay cả các nhà nghiên cứu nhiệt tình và nghiêm túc nhất, bởi họ gần như không biết phải bắt đầu từ đâu, và cũng không có gì nhiều ngoài những mảnh vụn rải rác trong các truyền thuyết, hoặc những trích dẫn không mang tính hệ thống từ lời dạy của các bậc thầy Mật tông trước đây và hiện nay.

Dĩ nhiên, những điều đó chưa bao giờ được xem là những cứ liệu xác đáng theo cách nhìn của các học giả phương Tây, và càng không thể là nền tảng cho những nghiên cứu sâu hơn về mặt lịch sử. Hơn thế nữa, vấn đề nguồn gốc hình thành hay quá trình phát triển của *Mật tông* chưa bao giờ là vấn đề quan tâm của các vị đạo sư thuộc tông phái này. Vì thế, họ để lại rất ít hoặc gần như không có gì liên quan đến lịch sử tông phái. Điều mà các vị thực sự quan tâm chỉ là những gì mà chính bản thân họ cũng như những đệ tử mà họ dẫn dắt phải đạt được trong quá trình tu tập. Nhìn từ góc độ nhu cầu tâm linh của người tu tập thì một quan điểm như thế là hoàn toàn đúng đắn và rất đáng trân trọng. Hơn thế nữa, chính sự nhấn mạnh vào khía cạnh thực hành tu tập là yếu tố quan trọng nhất trong sự tồn tại của *Mật tông* qua các thời đại, bất chấp mọi biến động về kinh tế, chính trị và xã hội.

Chúng ta không nghi ngờ gì về việc các hành giả *Mật tông* không cần đến những hiểu biết về lịch sử tông phái mà vẫn có thể đạt được những kết quả tiến triển trong việc tu tập, miễn là họ tìm được một bậc thầy chân chính và có những nỗ lực tu tập đúng hướng. Tuy nhiên, đó không phải là sự may mắn mà tất cả mọi người đều có được. Điều thường xảy ra hơn là có rất nhiều người quan tâm đến *Mật tông* nhưng lại hiểu biết rất ít, hoặc thậm chí sai lệch về tông phái này. Điều đó có thể dẫn đến vô số những nhận thức và hành vi sai lầm đáng tiếc cho bản thân cũng như cho mọi người chung quanh, vì chúng ta đều biết là khi một sai lầm không được sửa chữa thì chắc chắn nó sẽ dẫn đến rất nhiều sai lầm khác.

Khác với giai đoạn trước đây luôn được giữ kín trong núi cao rừng rậm với những bậc thầy ẩn mình hoàn toàn không giao tiếp với thế giới bên ngoài, ngày nay với những phương tiện thông tin của thế kỷ 21, *Mật tông* đã được quá nhiều người biết đến qua những nguồn thông tin khác nhau. Tuy nhiên, khả năng tiếp cận những nguồn thông tin chính xác và toàn diện vẫn còn là điều rất hiếm khi có được. Phần lớn những ai quan tâm đến *Mật tông*, đặc biệt là thế hệ trẻ, chỉ có được những phần thông tin rời rạc, phiến diện và rất nhiều khi sai lệch. Qua nhiều lần tiếp xúc với các bạn trẻ quan tâm đến *Mật tông*, người viết những dòng này đã nhận ra một thực tế là có rất nhiều bạn hiểu sai về *Mật tông*, và nguyên nhân chính là vì không có được những nguồn thông tin đầy đủ và chính xác.

Trong tình hình đó, trước khi có được những công trình nghiên cứu toàn diện và đáng tin cậy về *Mật tông* ra đời thì một vài nỗ lực nhỏ hơn trong việc giới thiệu đến quý độc giả, nhất là các bạn trẻ, những nét chính xác và cơ bản nhất về tông phái này có lẽ cũng là điều cần thiết.

Thông qua việc kể lại cuộc đời của các vị đại sư tái sinh thuộc dòng *Karma Kagyu* (*Cát-mã Ca-nhĩ-cư*) được gọi là các vị *Karmapa* (*Cát-mã-ba*), tập sách này hy vọng sẽ có thể phác họa được những nét cơ bản nhất về *Mật tông* và sự tu tập hành trì của tông phái này. Hy vọng là qua đó người đọc sẽ có thể nhận ra được một điều: *Mật tông* hoàn toàn không phải là một tông phái thần bí và hoàn toàn xa cách với giáo lý căn bản của đạo Phật. Ngược lại, nền tảng giáo lý *Mật tông* thật ra cũng không gì khác hơn chính là những điều mà đức Phật đã từng truyền dạy. Tuy nhiên, các bậc đạo sư *Mật tông* đã có những vận dụng sáng tạo và độc đáo để thực hành và giảng dạy những giáo lý ấy theo cách riêng của mình, nhưng vẫn đảm bảo một điều là dẫn dắt người tu tập đi đến sự giải thoát, dứt trừ mọi khổ đau, phiền não.

Với mục đích như trên, việc sưu tầm và kể lại những câu chuyện về cuộc đời các vị đại sư tái sinh thuộc dòng *Karma Kagyu* trong sách này không chỉ đơn thuần là những câu chuyện kể. Bởi vì thông qua cuộc đời của các bậc đạo sư này, người đọc sẽ tìm thấy vô số những chi tiết, những hình ảnh minh họa sống động về giáo lý *Mật tông* và sự tu tập hành trì giáo lý đó. Hiểu được những điều này cũng có nghĩa là hiểu được những nét cơ bản nhất của *Mật tông* qua thực tiễn hành trì chứ không phải qua sự diễn giải lý thuyết. Chính vì thế mà những hiểu biết này mới thực sự là chính xác và hữu ích.

Về mặt lịch sử, cho dù đây chỉ là những câu chuyện được truyền tụng trong dòng phái, nhưng chúng là những câu chuyện rất thật, bởi người được tiếp nhận sự truyền thừa gần đây nhất của dòng *Karma Kagyu*, vị *Karmapa* đời thứ 17 hiện vẫn còn đang sống như một chứng nhân lịch sử, và sự ra đời của ngài vào năm 1985 đã được dự báo trước một cách chắc chắn bởi vị *Karmapa* đời thứ 16 trước khi vị này viên tịch vào năm 1980. Như chúng ta sẽ thấy qua nội dung những câu chuyện kể, với một sự truyền thừa sống động trực tiếp qua từng thế hệ được kéo dài liên tục từ đầu thế kỷ 12 cho đến nay, không ai còn có thể hoài nghi về tính chất có thật và sự tái sinh của các vị *Karmapa*. Vì thế, những gì được ghi lại trong các câu chuyện kể này tuy không mang tính chất của những sử liệu chính thức, nhưng hoàn toàn có thể giúp chúng ta phác họa lại những bức tranh khá đầy đủ và chính xác về những quãng thời gian mà các vị đã từng tu tập và hoằng hóa.

Về mặt giáo lý, cuộc đời của các vị *Karmapa* là những tấm gương sống động minh họa cho chính lời dạy của các ngài, và xét cho cùng thì cũng chính là những lời dạy của đức Phật. Thông qua những tấm gương sống động đó, mỗi chúng ta có thể có một sự cảm nhận và học hỏi khác nhau, hoặc về đức từ bi, hoặc về sự nhẫn nhục, hoặc về sự tinh tấn... nhưng tất cả đều có thể xem là những bài học trực tiếp không thông qua sự diễn dịch bằng ngôn ngữ. Đây cũng chính là điểm đặc biệt nhất trong phương thức truyền thừa và giáo huấn của *Mật tông* từ xưa nay, vốn không bao giờ phụ thuộc vào ngôn ngữ.

Mặc dù vậy, sẽ là điều vô cùng khó khăn cho những ai chưa từng biết đến *Mật tông* khi phải tiếp xúc ngay với những câu chuyện đầy tính chất kỳ bí và sâu xa khó hiểu như thế này. Vì thế, có lẽ chúng ta cũng nên dành đôi chút thời gian để làm quen với một số khái niệm và kiến thức cơ bản nhất về *Mật tông* trước khi đi vào những câu chuyện kể về cuộc đời các vị *Karmapa*.

Thật ra, cho đến nay chúng tôi vẫn chưa có duyên may được đọc thấy bất cứ tài liệu nào đề cập một cách đầy đủ và có hệ thống về *Mật tông*. Vì thế, những gì được trình bày sau đây có thể sẽ mang đậm dấu ấn chủ quan của người viết trong suốt quá trình tìm tòi góp nhặt và chọn lọc từ nhiều nguồn thông tin, tư liệu khác nhau. Những gì được giới thiệu ở đây có lẽ chưa được xem là đầy đủ, nhưng hy vọng một điều là chúng có thể giúp ích phần nào cho những ai chưa từng biết đến *Mật tông* sẽ không còn thấy quá xa lạ và khó hiểu đối với tông phái này.

Về mặt lịch sử, sự ra đời của *Mật tông* trong dòng lịch sử phát triển của đạo Phật nói chung có rất nhiều điểm tương đồng với các truyền thống *Đại thừa*. Không ít người đã dựa

DẪN NHẬP

vào sự xuất hiện khá muộn màng của cả *Mật tông* lẫn *Đại thừa* để cho rằng những phần giáo lý này chỉ là ngụy tạo, nghĩa là hoàn toàn không có trong giáo lý nguyên thủy của đức Phật mà chỉ do các thế hệ sau này tạo ra.

Tuy nhiên, cái gọi là lịch sử mà chúng ta đang nói đến thật ra không phải là những gì đã từng xảy ra, mà chỉ là những gì chúng ta may mắn biết được. Nếu so sánh những gì chúng ta biết được với những gì đã từng xảy ra thì thường là quá ít, và độ chính xác cũng chỉ là tương đối với những giới hạn nhất định mà bất cứ nhà sử học nào cũng có thể dễ dàng nhận ra.

Giả sử như có một nền văn minh rực rỡ đã từng hiện diện trên trái đất này và rồi cũng đã chìm sâu trong lòng đất, thì chúng ta cũng không có cách gì để tái hiện, mô tả lại điều đó trong lịch sử. Tuy nhiên, sự *không biết* của chúng ta hoàn toàn không có ý nghĩa *phủ nhận* sự hiện hữu trước đây của nền văn minh ấy. Và việc thông qua một số phương thức nào đó ngoài những cứ liệu lịch sử mà chúng ta có thể biết được ít nhiều về một nền văn minh như thế cũng không phải là điều không thể xảy ra. Vì thế, một thái độ thận trọng và cởi mở là hết sức cần thiết khi tiếp cận với những khoảng trống không sao tránh khỏi khi ngược dòng lịch sử. Những gì chưa được biết đến hôm nay về sự hình thành của *Đại thừa* hay *Mật tông* hoàn toàn không thể là lý do để chúng ta hoài nghi về mức độ chân xác trong các phần giáo lý đó.

Trong chừng mực giới hạn mà các dữ kiện đã có được hiện nay cho phép, các nhà nghiên cứu lịch sử đã phải công nhận sự hiện hữu trước đây của đức Phật *Thích-ca* là một sự thật. Điều này cũng chỉ mới xảy ra khá gần đây, khi các nhà khảo cổ khai quật được trụ đá chôn từ thời vua *A-dục* (274 - 236 trước Công nguyên), tại vườn *Lam-tỳ-ni* (*Lumbini*), trên đó khắc những dòng chữ xác nhận rằng đây chính là nơi đản sinh của đức Phật *Thích-ca*. Ngoài ra còn có nhiều trụ đá khác cũng do vị vua này tạo dựng ở nhiều nơi khác trên lãnh thổ mà ông trị vì, trên đó khắc những lời dạy của đức Phật. Các nhà nghiên cứu tin rằng vua *A-dục* sống vào khoảng hơn một thế kỷ sau khi đức Phật nhập diệt. Khoảng thời gian này không phải là quá xa để có thể xóa mờ đi những ảnh hưởng trực tiếp của một bậc thầy vĩ đại. Vì thế, chúng ta có thể tin chắc rằng những gì vua *A-dục* được biết về sự ra đời của đức Phật là rất đáng tin cậy.

Điều này dường như không có ý nghĩa nhiều lắm đối với những tín đồ Phật giáo vốn đã đặt niềm tin nơi đức Phật từ hơn 25 thế kỷ qua, qua những lời dạy của ngài. Tuy nhiên, từ góc độ của các nhà nghiên cứu lịch sử thì điều này mở ra một hướng nhìn hoàn toàn mới. Người ta bắt đầu cảm thấy cần phải thay đổi thái độ về những gì trước đây vẫn bị xem là đáng ngờ. Khi một tia sáng đã có thể lóe lên từ trong bức màn tối đen của quá khứ hơn 25 thế kỷ, thì người ta hoàn toàn có quyền hy vọng về những tia sáng khác nữa sẽ còn tiếp tục được phát hiện. Hơn thế nữa, tính cách hợp lý và sự phù hợp của những gì được rút ra khi nghiên cứu về nội dung giáo lý *Đại thừa*, và gần đây hơn là giáo lý *Mật tông*, khi so sánh với những giả thiết về mặt lịch sử có vẻ như càng củng cố hơn nữa niềm tin vào những cội rễ sâu xa của *Đại thừa* cũng như *Mật tông*, vốn rất có thể đã được hình thành ngay từ thời đức Phật còn tại thế.

Đó là xét về mặt lịch sử. Còn về mặt giáo nghĩa, chúng ta có sự thuận lợi hơn nhiều khi so sánh các phần giáo lý khác nhau của *Đại thừa* và *Mật tông* với những gì được gọi là kinh điển nguyên thủy. Dưới ánh sáng của những giáo nghĩa căn bản mang tính chất nhất quán và xuyên suốt trong mọi lời dạy của đức Phật, không ai có thể hoài nghi về những phần giáo lý hoàn toàn phù hợp những giáo nghĩa căn bản đó. Điều này đã được chính đức Phật nói ra trong kinh điển như một sự chỉ dạy về phương thức xác định những lời dạy của ngài. Theo đó, những giáo nghĩa căn bản gọi là *Tam pháp ấn* có thể được sử dụng như những dấu ấn để xác nhận một phần giáo lý nào đó là do chính đức Phật truyền dạy. Ngược lại, nếu một phần giáo lý nào đó không phù hợp với *Tam pháp ấn*, điều đó sẽ có nghĩa là chúng không phải do chính đức Phật nói ra. *Tam pháp ấn* đó là tính chất vô thường của các pháp hữu vi (*chư hành vô thường*), tính chất vô ngã của tất cả các pháp (*chư pháp vô ngã*) và tính chất tịch tĩnh của cảnh giới *Niết-bàn* giải thoát (*Niết-bàn tịch tĩnh*).

Khi được soi rọi dưới ánh sáng của *Tam pháp ấn*, mọi sự nghi ngờ về những giáo pháp thực sự do đức Phật truyền dạy sẽ dễ dàng tan biến, tương tự như khi chúng ta nhìn thấy con dấu chứng thực của một giới chức có thẩm quyền trong một văn bản của thế gian.

Tuy nhiên, trong một chừng mực nào đó, việc nhận biết được *Tam pháp ấn* ở giáo lý *Mật tông* có phần khó khăn hơn so với ở giáo lý *Đại thừa*. Sở dĩ như thế là vì giáo lý *Mật tông* theo truyền thống vốn không hề được ghi chép để giảng giải, phân tích. Phần lớn các phần giáo lý này được các bậc thầy truyền thụ cho đệ tử theo phương thức khẩu truyền và trực tiếp. Vì thế, đối với những người không trực tiếp tu tập trong một dòng phái nào đó thuộc *Mật tông* thì việc tìm hiểu hoặc nghiên cứu giáo lý này là điều trước đây hầu như không thể thực hiện. Chỉ trong một thời gian gần đây, do có những biến động về mặt lịch sử và xã hội - mà chúng tôi sẽ đề cập đến trong một phần sau - nên các phần giáo lý mật truyền này mới dần dần được phổ biến một cách rộng rãi đến với những người không thuộc truyền thống này. Điều này giải thích vì sao cho đến nay *Mật tông* vẫn còn là một tông phái đầy bí ẩn và khó hiểu đối với nhiều người, ngay cả những người Phật tử.

Trở lại với sự hình thành của *Đại thừa* và *Mật tông* trong dòng lịch sử phát triển của đạo Phật, chúng ta không có gì nhiều hơn là những mốc thời gian được tạm xác định khi kinh điển của các tông phái này xuất hiện và lưu hành.

Trong thực tế, nhiều thế kỷ sau khi đức Phật nhập diệt vẫn chưa có bất kỳ một dạng kinh điển nào xuất hiện. Tất cả những lời dạy của đức Phật được các vị tăng sĩ ghi nhớ và truyền miệng cho nhau qua nhiều thế hệ, cũng như lan truyền ra khắp nhiều địa phương khác nhau trên toàn cõi Ấn Độ. Mặt khác, nhiều nhà nghiên cứu tin rằng bản thân đức Phật đã sử dụng ngôn ngữ *Ardhamagadhi* của xứ *Ma-kiệt-đà* (*Magadha*) để thuyết giảng, nhưng những lời dạy của ngài lại chưa bao giờ được ghi chép bằng chính loại ngôn ngữ này. Hình thức xuất hiện đầu tiên của kinh điển là những bản dịch sang các ngôn ngữ Ấn Độ khác, mà chủ yếu còn lại đến nay là tiếng *Pāli* ở miền Nam và tiếng *Sanskrit* ở miền Bắc. Vì thế, việc xác định riêng các kinh điển *Pāli* là "*nguyên thủy*" có phần nào đó phải nói là phiến diện và không hoàn toàn chính xác.

Ngay trong thời kỳ kinh điển chưa được ghi chép thành văn bản thì sự phân chia các bộ phái trong Phật giáo đã bắt đầu xuất hiện. Đó là vào khoảng 150 năm sau khi đức Phật nhập diệt, và sự phân chia trước hết được ghi nhận là giữa *Đại chúng bộ* (*Mahāsānghika*) với *Thượng tọa bộ* (*Sthavirāvāda*).

Những người nghiêng theo *Đại chúng bộ* bắt đầu đặt vấn đề nghi ngờ về sự giải thoát rốt ráo của quả vị *A-la-hán*. Thông qua đó, họ mô tả lại hình tượng đức Phật, bậc giác ngộ hoàn toàn và không có bất cứ sự khiếm khuyết hay ô nhiễm nào. *Đại chúng bộ* cho rằng vị *A-la-hán* tuy có đạt được sự giải thoát nhưng đó chưa phải là sự giải thoát rốt ráo và toàn diện, vì các vị vẫn còn có những giới hạn nhất định so với đức Phật. Mặt khác, *Đại chúng bộ* cũng dạy rằng đức Phật là bậc giải thoát hoàn toàn rốt ráo nên chưa từng có việc sinh ra và chết đi như sự nhìn thấy của mọi người ở thế gian. Đức Phật *Thích-ca* mà tất cả chúng sinh đã nhìn thấy sinh ra và lớn lên tại Ấn Độ, tu tập và thành đạo, thuyết pháp độ sinh và nhập *Niết-bàn*, thật ra chỉ là một hóa thân của ngài nhằm mục đích giáo hóa chúng sinh mà thôi.

Những giáo lý ban sơ của *Đại chúng bộ* được sự ủng hộ của đa số Phật tử đương thời, và đây chính là lý do họ có tên là *Đại chúng bộ*. Những người theo *Thượng tọa bộ* không phản đối giáo lý của *Đại chúng bộ*, nhưng họ bảo vệ và nhấn mạnh quan điểm cho rằng những vị tăng sĩ là cao quý và đáng tôn kính so với những người thế tục. Đây là lý do giải thích tên gọi *Thượng tọa bộ*. Chính quan điểm này đã ngày càng tách rời họ với đông đảo quần chúng.

Những gì được biết hiện nay về sự phân chia từ rất sớm giữa *Đại chúng bộ* và *Thượng tọa bộ* có thể giúp chúng ta rút ra một số nhận xét liên quan đến sự hình thành của *Đại thừa* về sau này.

Thứ nhất, đây là thời điểm khá sớm sau khi đức Phật nhập diệt, nên dấu ấn những lời dạy của đức Phật vẫn còn đậm nét trong lòng người Phật tử. Như vậy, những người theo *Đại chúng bộ* chắc chắn đã không thể tự sáng tạo ra một giáo lý mới, vì nếu như vậy thì họ không thể nào có được sự ủng hộ của đa số. Do đó, những lập luận khác biệt của họ so với *Thượng tọa bộ* phải dựa trên chính những gì đức Phật đã dạy. Điều này cho thấy trong quá trình truyền dạy giáo lý, các tăng sĩ có thể đã nhấn mạnh thiên lệch về một số ý nghĩa nhất định nào đó và bỏ qua một số khía cạnh quan trọng khác. Sự kiện này dẫn đến việc quá xem trọng vai trò của tăng sĩ và xem thường những Phật tử cư sĩ, và không phải tất cả tăng sĩ đều tán thành như vậy. Một số vị đã sớm nhận ra sự sai lệch này và nêu lên để tranh luận ngay trong hàng ngũ tăng sĩ, và chính điều này đã tạo ra sự phân chia giữa *Thượng tọa bộ* với *Đại chúng bộ*.

Thứ hai, có thể thấy rằng những tư tưởng được *Đại chúng bộ* truyền dạy chính là tiền đề của những tư tưởng *Đại thừa* sau này. Như vậy, cho dù sự xuất hiện của các kinh điển *Đại thừa* được cho là khá muộn màng, nhưng những tư tưởng *Đại thừa* rõ ràng là đã có những cội rễ sâu xa ngay từ một giai đoạn rất sớm, chưa hẳn đã là muộn hơn so với các kinh điển *Tiểu thừa*.

Vào thời đức Phật, các phần giáo lý khác nhau vốn đã được ngài truyền dạy một cách thận trọng và có chọn lọc đối tượng. Trong bối cảnh hết sức phức tạp của xã hội Ấn Độ đương thời, nhiều luồng tư tưởng khác nhau vẫn đồng thời chi phối, và niềm tin đối với những điều hoàn toàn mới lạ do đức Phật truyền dạy không phải là chuyện dễ dàng có được. Rất nhiều vấn đề ngày nay chúng ta thấy là đơn giản, nhưng vào thời đức Phật vừa lập giáo lại thực sự không đơn giản chút nào.

Hãy lấy ví dụ như việc ăn chay chẳng hạn. Đối với người Phật tử cư sĩ ngày nay cũng biết rõ việc ăn chay là đáng khuyến khích và không có gì để phân vân, bàn cãi, chỉ có điều là chúng ta có thể thực hiện được việc tốt ấy đến mức nào mà thôi. Nhưng vào thời đức Phật, ngay cả việc yêu cầu các tăng sĩ ăn chay cũng là việc không dễ dàng. Trước kia chưa từng có ai dạy cho họ điều đó. Hơn thế nữa, việc giết súc vật để hiến tế vẫn còn rất phổ biến trong hầu hết các tôn giáo đương thời. Vì thế, ngay cả với các đệ tử xuất gia, đức Phật cũng đã không đưa ra lời khuyên ăn chay ngay từ đầu. Ngài đã cho phép họ được ăn ba loại thịt "*sạch*", gọi là *tam tịnh nhục*, nhằm mục đích giúp họ có một khái niệm đầu tiên rồi sau đó mới dần dần chuyển hướng, thay đổi những nhận thức sai lầm trước kia. Ba loại "*tịnh nhục*" đó là: Thịt con vật mà mắt

DẪN NHẬP

người ăn không nhìn thấy khi bị giết; thịt của con vật mà tai người ăn không nghe biết khi bị giết; và thịt con vật không phải vì người ăn mà bị giết. Kinh *Đại Bát Niết-bàn* ghi lại sự việc này như sau:

"Như Lai chế định mỗi một giới cấm đều có dụng ý riêng. Vì có dụng ý riêng, nên ta cho phép ăn ba thứ tịnh nhục... Và cũng vì có dụng ý riêng, nên ta cấm hẳn tất cả các loại thịt, kể cả thịt của những con thú tự nhiên chết, không bị giết hại. Này Ca-diếp! Kể từ hôm nay ta cấm tất cả các đệ tử không được ăn bất cứ loại thịt nào cả."[1]

Tính chất tùy duyên để hóa độ chúng sinh là một đặc điểm nổi bật cần phải lưu ý trong sự truyền dạy giáo pháp của đức Phật. Trong hầu hết các kinh điển *Đại thừa* đức Phật đều có dạy rằng vì tùy thuộc căn cơ thấp kém của chúng sinh nên ngài mới truyền dạy giáo pháp *Tiểu thừa*, và ngài cũng dạy rằng quả vị *A-la-hán*, *Niết-bàn* của *Tiểu thừa* là một quả vị chưa rốt ráo, chưa phải hoàn toàn giải thoát.

Người khởi xướng cuộc tranh luận giữa *Đại chúng bộ* và *Thượng tọa bộ* được biết là một vị tăng tên **Mahādeva** (*Đại Thiên*). Vị này đã nêu lên 5 điểm mà ông cho rằng vị *A-la-hán* chưa phải bậc giải thoát rốt ráo. Trong các luận điểm đó, ông nhấn mạnh rằng một vị *A-la-hán* vẫn còn có những chỗ nghi ngờ, vẫn còn có nhiều điều chưa biết, và còn phụ thuộc vào sự dẫn dắt của người khác để đạt đến sự giải thoát rốt ráo. Chúng ta có thể tin chắc một điều là **Mahādeva** không tự mình nghĩ ra những điều này. Ông có thể đã quan sát các vị *A-la-hán* trong thời đại mình và so sánh với những lời Phật dạy để đưa ra ý kiến bất đồng của mình. Chính vì thế mà ông nhanh chóng có được sự ủng hộ của đa số. Cũng cần lưu ý, kinh điển *Tiểu thừa* thường gọi đức Phật là bậc *A-la-*

---

[1] Kinh Đại Bát Niết-bàn, quyển 4, phẩm Như Lai tánh, phần 1, bản Việt dịch của Đoàn Trung Còn và Nguyễn Minh Tiến, NXB Tôn giáo.

hán, còn kinh điển *Đại thừa* chỉ xem đây là một trong *Thập hiệu* của Phật. Sự khác biệt này cho thấy mục tiêu nhắm đến của hai tông phái là hoàn toàn khác nhau, và *Đại thừa* chưa bao giờ xem quả vị *A-la-hán* là mục tiêu cuối cùng của sự tu tập. Quan điểm này của *Đại thừa* rõ ràng là đã xuất hiện ngay từ thời **Mahādeva**.

Những hạt giống Phật pháp đầu tiên nảy mầm trên vùng đất Ấn Độ chắc chắn đã là những hạt giống *Tiểu thừa*. Điều này được nhắc đến trong nhiều kinh điển và hoàn toàn phù hợp với những gì chúng ta biết được về sự phát triển của Phật giáo trong giai đoạn đầu tiên.

Vào thời đức Phật, đa số trong tăng đoàn đều là những vị tu tập theo giáo pháp *Tiểu thừa*. Các vị đại đệ tử của Phật, mà tiêu biểu nhất là 10 vị được tôn xưng các danh hiệu đệ nhất như *Xá-lợi-phất*, bậc *Trí tuệ đệ nhất*, *Mục-kiền-liên*, bậc *Thần thông đệ nhất*, *A-na-luật*, bậc *Thiên nhãn đệ nhất*, *Ưu-ba-ly*, bậc *Trì luật đệ nhất*... đều là những vị chứng đắc Thánh quả *Tiểu thừa*, hay gọi theo danh xưng trong các kinh *Đại thừa* thì họ đều thuộc về hàng *Thanh văn* đệ tử. Điều này phản ánh một cách hợp lý quá trình truyền pháp của đức Phật được ghi lại trong kinh điển. Kinh *Chuyển pháp luân* cho biết trong lần thuyết pháp đầu tiên tại vườn *Lộc uyển*, đức Phật đã thuyết dạy về *Tứ diệu đế*, nền tảng căn bản của giáo pháp *Tiểu thừa*.

Sau khi đức Phật nhập diệt, những người tu tập theo giáo lý *Tiểu thừa* vẫn tiếp tục chiếm ưu thế - ít ra là về số lượng - trong một thời gian dài. Lần kết tập kinh điển đầu tiên được tổ chức ngay sau khi đức Phật nhập diệt, và nội dung chủ yếu là những kinh điển *Tiểu thừa* mà sau này thường được biết đến với tên gọi là kinh điển "nguyên thủy".

Cũng cần lưu ý rằng vào thời điểm đó chưa có chữ viết để ghi lại kinh điển. Phải đến khoảng thế kỷ 3 trước Công nguyên thì chữ viết mới xuất hiện ở Ấn Độ. Vì thế, lần kết tập kinh điển đầu tiên này được thực hiện theo phương thức truyền khẩu. Có tất cả là 500 vị *tỳ-kheo* tham gia cuộc kết tập này, và tất cả đều đã chứng đắc quả vị *A-la-hán*. Dưới sự chủ trì của ngài *Ca-diếp*, đại hội đã công cử ngài *A-nan* làm người đọc lại các kinh điển mà đức Phật đã thuyết dạy, và ngài *Ưu-ba-ly* làm người đọc lại các giới luật mà đức Phật đã chế định.

Sau khi ngài *A-nan* đọc lại cho tất cả các vị *tỳ-kheo* có mặt nghe một bản kinh hay một bài kệ mà chính ngài đã được nghe từ kim khẩu đức Phật, tất cả những người tham gia cuộc kết tập cùng vận dụng trí nhớ của mình để nhớ lại và xác nhận hoặc góp ý điều chỉnh, sửa chữa những gì ngài *A-nan* vừa nhắc lại. Cứ như vậy, các vị tuần tự nhắc lại tất cả những gì đức Phật đã truyền dạy. Sau khi tất cả mọi người đã thống nhất về nội dung những điều được nhắc lại, họ đồng thanh tụng đọc lại tất cả để ghi sâu thêm vào trí nhớ của mỗi người. Sau đó, chính những thành viên này lại tiếp tục truyền dạy những giáo lý ấy ra khắp nơi.

Luật tạng cũng được kết tập theo cách thận trọng tương tự như trên, với sự nhắc lại của ngài *Ưu-ba-ly* và sự xác nhận của tất cả mọi người. Có lẽ vì tính chất cô đọng và gắn liền với đời sống hằng ngày của tăng sĩ cũng như với số lượng không lớn lắm so với phần *Kinh tạng*, nên việc kết tập *Luật tạng* không để lại vấn đề gì về sau. Các nhà nghiên cứu tin rằng ngay từ khi chưa được ghi chép thành văn bản, khoảng thế kỷ 4 trước Công nguyên, *Luật tạng* đã có được hình thức ổn định như hiện nay. Sự thật là, trong các thời kỳ về sau khi có sự phân chia các bộ phái trong Phật giáo thì *Luật tạng* vẫn được tất cả các tông phái khác nhau tôn trọng và vâng giữ như nhau, hầu như không có nhiều khác biệt.

Nhưng đối với *Kinh tạng* thì vấn đề không hoàn toàn đơn giản như thế. Ngay trong thời gian diễn ra cuộc kết tập lần thứ nhất, đã có những dấu hiệu cho thấy có sự bất đồng trong Tăng đoàn. Con số đại *tỳ-kheo* vào thời đức Phật được ghi nhận trong hầu hết kinh điển là 1.250 vị, và có nhiều lý do để chúng ta tin rằng con số thực sự là lớn hơn nữa. Vì thế, số lượng các vị tham gia kết tập chỉ mang tính đại biểu, và không chắc rằng các vị còn lại có thống nhất ý kiến với hội nghị hay không.

Sự thật là ngài *Ca-diếp* tuy được xem là vị tu hạnh *Đầu-đà* đệ nhất, nhưng trước đó chưa từng thay thế đức Phật lãnh đạo Tăng đoàn hay thuyết giảng giáo pháp. Người nhận được danh xưng *Thuyết pháp đệ nhất* là ngài *Phú-lâu-na* (Purṇa) lại vắng mặt trong cuộc kết tập này. Ngoài ra, có hai vị đại đệ tử trước đây đã từng thay mặt đức Phật lãnh đạo Tăng đoàn trong một số trường hợp, cũng như đã từng được đức Phật chính thức giao phó việc thay Phật thuyết giáo. Đó là hai vị *Xá-lợi-phất* và *Mục-kiền-liên*. Nhưng thật không may là cả hai vị đều đã viên tịch trước cả khi đức Phật nhập diệt. Vì thế, có thể nói rằng thành viên quan trọng nổi bật nhất trong cuộc kết tập kinh điển đầu tiên này chỉ duy nhất có ngài *A-nan*.

Nhưng có một chi tiết mà chúng ta cần lưu ý là ngài *A-nan* vẫn chưa chứng đắc quả vị *A-la-hán* vào thời điểm sắp diễn ra cuộc kết tập. Với sự nỗ lực tu tập trong đêm cuối cùng trước đó, ngài mới chứng đắc quả *A-la-hán* và được ngài *Ca-diếp* chấp nhận cho tham gia cuộc kết tập. Mặc dù có một trí nhớ kiệt xuất và được kề cận bên đức Phật nhiều nhất so với các đệ tử khác, nhưng kết quả tu tập của ngài như thế không chắc là đã tạo được sự tin tưởng tuyệt đối nơi tất cả mọi người trong Tăng đoàn. Và việc có những bất đồng nào đó nơi những người không tham gia kết tập cũng không phải là điều đáng ngạc nhiên.

Điều rất khó hiểu là vì sao lại có một sự triệu tập chỉ 500

vị *tỳ-kheo* trong cuộc kết tập kinh điển này mà không phải là toàn thể Tăng đoàn? Điều này có vẻ như không phù hợp với tinh thần giáo hóa của đức Phật khi còn tại thế. Chúng ta đều biết là trong suốt gần năm mươi năm hoằng hóa, đức Phật chưa từng tạo ra bất cứ một sự phân chia nào trong Tăng đoàn theo cách này. Chỉ có sự phân biệt giữa những đệ tử tu tập có nhiều kinh nghiệm hoặc trình độ tu chứng cao hơn được giao cho nhiệm vụ dẫn dắt những người còn non kém, chứ không hề có sự phân biệt một tầng lớp trưởng lão hay cấp trên trong Tăng đoàn. Tất cả các *tỳ-kheo* đều được đối xử bình đẳng như nhau, và tinh thần này vẫn còn được ghi nhận trong giáo pháp *Lục hòa kính*.

Trong rất nhiều trường hợp có những biến động quan trọng đối với Tăng đoàn, đức Phật cũng chưa bao giờ triệu tập riêng một số vị *tỳ-kheo* nào đó mà không có sự hiện diện của các vị khác. Suốt những năm hoằng hóa, ngài luôn xuất hiện giữa toàn thể đại chúng bao gồm cả hai giới xuất gia và tại gia. Đây chính là sự khác biệt mang tính đột phá trong xã hội Ấn Độ thời bấy giờ, bởi vì tất cả các tôn giáo khác đều có sự phân chia thành những tầng lớp cao thấp khác nhau trong giới tu sĩ của họ, nhưng Tăng đoàn Phật giáo thì không hề có việc này. Vì thế, việc triệu tập riêng một hội đồng gồm 500 vị ngay sau khi đức Phật nhập diệt là một điều có thể nói là rất khó hiểu.

Càng khó hiểu hơn nữa khi mục đích của đại hội này là nhằm nhắc lại những giáo pháp mà đức Phật đã giảng dạy. Vào thời điểm đó, tất cả các vị *tỳ-kheo* trong Tăng đoàn đều là những người ít nhiều đã từng được trực tiếp nghe Phật thuyết pháp. Nếu toàn thể Tăng đoàn được kêu gọi tham gia vào cuộc kết tập này, ít nhất chúng ta cũng thấy được là sẽ có hai điều lợi ích. Thứ nhất, cho dù quyền xác nhận và quyết định cuối cùng vẫn thuộc về các vị tôn túc có nhiều uy tín nhất trong đại hội, nhưng mỗi người đã từng được nghe

Phật thuyết pháp cũng đều có cơ hội để đóng góp theo trí nhớ về những gì mà họ đã trực tiếp được nghe từ kim khẩu Phật. Thứ hai, bản thân mỗi vị trong Tăng đoàn cũng đều có được một cơ hội quý giá để được lắng nghe lần nữa những lời trước đây Phật đã dạy, và như vậy sẽ giúp ích rất nhiều cho việc tiếp tục lưu truyền giáo pháp. Như vậy, việc những người tổ chức cuộc kết tập kinh điển lần này chỉ giới hạn trong số 500 vị quả thật là khó hiểu!

Một chi tiết được ghi nhận sau khi cuộc kết tập đầu tiên này kết thúc là ngài *Phú-lâu-na* khi ấy mới tìm đến. Chúng ta không biết là vì trước đó ngài đã không được chọn mời vào hội đồng kết tập hay chỉ vì ngài đang thuyết giáo ở rất xa không về kịp. Tuy nhiên, khi được nghe kể lại về cuộc kết tập kinh điển, ngài đã nói: "Mặc dù các vị đã có sự nhắc lại những lời Phật dạy, nhưng tôi sẽ tiếp tục giáo hóa bằng chính những gì đã được nghe từ đức Phật."

Sự vắng mặt của một đại đệ tử quan trọng như *Phú-lâu-na* cũng như số lượng giới hạn các vị *tỳ-kheo* tham gia kết tập cho thấy là đã có dấu hiệu bất đồng. Mặc dù không có bất cứ ý kiến nào phản đối cuộc kết tập kinh điển này, nhưng quan điểm "*sẽ tiếp tục giáo hóa bằng chính những gì đã được nghe từ đức Phật*" rất có thể không chỉ là của riêng ngài *Phú-lâu-na* mà còn là của nhiều vị *tỳ-kheo* khác đương thời. Vấn đề mà chúng ta cần lưu ý ở đây là, điều đó cho thấy những kinh điển được kết tập lần đầu tiên này rõ ràng chưa phải là tất cả những gì đức Phật đã từng truyền dạy.

Tư tưởng *Đại thừa* có thể đã nằm trong số những gì được "*tiếp tục giáo hóa*" mà không thuộc về số kinh điển đã được kết tập. Và vì chưa có hình thức ghi chép bằng văn bản, nên ngay cả những gì được kết tập hay không có trong cuộc kết tập đầu tiên này thì cũng chẳng có gì khác nhau. Tất cả đều bắt buộc phải được giảng dạy và lưu truyền qua trí nhớ.

Những phân tích như trên cho thấy có một sự hợp lý nhất định khi vị tăng *Đại Thiên* nêu lên những bất đồng về đường hướng tu tập của những người thuộc *Thượng tọa bộ*. Những phần giáo lý khác nhau do đức Phật truyền dạy chắc chắn đã được lưu truyền một cách song hành bởi những đối tượng tu tập khác nhau, và khi mà các tăng sĩ *Tiểu thừa* tỏ ra không đủ năng lực để đáp ứng nhu cầu tu tập của đại đa số Phật tử thì vai trò của họ tất yếu phải được xem xét lại dưới ánh sáng của chính những lời Phật dạy.

Cho đến khi những tư tưởng *Đại thừa* đủ chín muồi để được thể hiện thành những kinh văn, vào khoảng thế kỷ thứ nhất trước và sau Công nguyên, thì lý tưởng tu tập của người Phật tử được chuyển từ Thánh quả *A-la-hán* sang đạo Bồ Tát. Trong khi vị chứng đắc quả *A-la-hán* được mô tả là người dứt sạch mọi phiền não, thì vị Bồ Tát lại là người phát nguyện thực hiện việc cứu độ chúng sinh ngay cả khi chính bản thân mình vẫn còn đang phải chịu đựng mọi khổ đau, phiền não. Sự khác biệt về lý tưởng tu tập được diễn đạt ngày càng rõ hơn qua các bản kinh văn *Đại thừa* xuất hiện ngày càng nhiều hơn.

Nhiều người cho rằng những kinh văn *Đại thừa* hoàn toàn do người đời sau trước thuật và do đó việc gán nó cho đức Phật là không đúng thật. Tuy nhiên, quan điểm này có lẽ cũng cần cân nhắc lại.

Thứ nhất, về mặt lịch sử, các nhà nghiên cứu tin rằng họ chỉ xác định được thời điểm xuất hiện sớm nhất của các kinh văn *Đại thừa* là vào khoảng thế kỷ thứ nhất trước Công nguyên. Tuy nhiên, cũng không có một cứ liệu nào cho thấy là trước đó các kinh văn *Đại thừa* đã không hiện hữu dưới hình thức truyền miệng, như đã từng xảy ra ngay cả với các kinh điển được gọi là *"nguyên thủy"* trong thời kỳ đầu.

Thứ hai, về mặt giáo nghĩa, những điều được diễn giảng

trong các kinh văn *Đại thừa* không phải là những điều hoàn toàn mới lạ, chưa từng được biết. Như chúng ta đã phân tích trong phần trên, thật ra thì những tư tưởng ấy đã có sự bắt nguồn từ rất sớm, có thể nói là đồng thời với các kinh văn *Tiểu thừa*.

Thứ ba, do điều kiện lịch sử quy định, ngay cả các kinh văn được gọi là "*nguyên thủy*" cũng chỉ được ghi chép thành văn bản nhiều thế kỷ sau khi Phật nhập diệt, nhưng không phải vì điều đó mà người ta nghi ngờ về tính xác thật của nó. Tính nhất quán và xuyên suốt trong các lời dạy của đức Phật chính là sự bảo chứng cho những gì được ghi chép trong kinh điển, bởi vì ngoài đức Phật ra thì có thể nói là không một tác giả nào có thể ngụy tạo được những tác phẩm đồ sộ, sâu xa và nhất quán đến như thế. Điều này cũng hoàn toàn đúng đối với các bản kinh văn *Đại thừa*. Việc ghi chép, diễn đạt là điều mà người ta có thể làm được vào thế kỷ thứ nhất trước Công nguyên trở về sau, nhưng việc sáng tạo những tư tưởng, nội dung trong các bản kinh văn đó thì không một tác giả nào có thể thực hiện được, trừ khi đó cũng là một vị Phật!

Vì thế chúng ta có thể tin rằng, cho dù các bản kinh văn *Đại thừa* chỉ xuất hiện sớm nhất là từ thế kỷ thứ nhất trước Công nguyên, nhưng giáo pháp *Đại thừa* thực sự đã được chính đức Phật truyền dạy. Vào thời kỳ đầu tiên, giáo pháp *Tiểu thừa* tỏ ra phù hợp với nhiều người hơn nên đã được phát triển sớm hơn. Tuy nhiên, một số đệ tử vẫn âm thầm tu tập và truyền dạy giáo pháp *Đại thừa*, cho đến khi niềm tin và các điều kiện xã hội có sự đổi khác và tư tưởng *Đại thừa* trở nên phù hợp hơn với nhiều người. Khi ấy họ mới nghĩ đến việc ghi chép, diễn đạt lại thành các bản kinh văn. Vì thế mà kinh điển *Đại thừa* lần lượt ra đời. Mặc dù vậy, những người ghi chép chắc chắn đã hết sức trung thành với những gì đức Phật truyền dạy, nên chúng ta vẫn có thể nhận ra được tính chất nhất quán và xuyên suốt trong tất cả các bản kinh văn.

DẪN NHẬP

Một số nhà nghiên cứu đã đi xa hơn khi cho rằng vào thời điểm của lần kết tập kinh điển thứ nhất, những vị *tỳ-kheo* không tán thành đã có sự hội họp riêng và kết tập kinh điển theo trí nhớ của họ về những giáo pháp đức Phật đã dạy. Nếu quả thật có điều đó, rất có thể là giáo pháp *Đại thừa* đã được các vị *tỳ-kheo* này kết tập và lưu truyền.

Lần kết tập kinh điển thứ hai được các vị *tỳ-kheo* thuộc *Thượng tọa bộ* tổ chức vào khi đã có sự phân chia với *Đại chúng bộ*, với sự tham gia của 700 vị trưởng lão. Ngay sau đó, tại vùng *Tỳ-xá-ly* (*Vaiśālī*), quê hương của vị Bồ Tát cư sĩ *Duy-ma-cật*, các vị *tỳ-kheo* theo *Đại chúng bộ* đã tập hợp để thực hiện một cuộc kết tập của riêng họ, với số lượng lên đến 10.000 vị. Chỉ riêng số lượng này cũng cho thấy họ hoàn toàn xứng đáng với tên gọi *Đại chúng bộ*. Vì không tán thành với các vị thuộc *Thượng tọa bộ*, nên những kinh điển mà họ kết tập trong lần này rất có thể chính là những gì sau này được ghi chép lại thành các bản kinh *Đại thừa*.

Sự xuất hiện của *Mật tông* còn muộn màng hơn cả *Đại thừa*, vì thế cũng không sao tránh khỏi ít nhiều những sự hoài nghi về nguồn gốc của nó. Cho đến khi *Đại thừa* phát triển mạnh mẽ và được truyền bá rộng rãi khắp nơi thì *Mật tông* vẫn chưa xuất hiện như một tông phái độc lập. Những yếu tố sơ khai của *Mật tông* có thể được tìm thấy trong *Chân ngôn thừa* khởi đầu vào khoảng thế kỷ 4 nhưng chỉ thực sự phát triển vào khoảng đầu thế kỷ 6. *Chân ngôn thừa* tiếp tục phát triển tại Ấn Độ với sự xuất hiện của các yếu tố và hình thức thần bí như *Tan-tra, mu-dra, mạn-đà-la*... Tuy nhiên, phải đến nửa sau thế kỷ 8, với sự ra đời của *Kim cang thừa* thì các yếu tố sơ khai của *Mật tông* mới được kết hợp một cách có hệ thống và mở ra một hướng tu tập mới trong Phật giáo. Kể từ đó, một số lượng lớn các kinh *Tan-tra* ngày càng được truyền tụng rộng rãi hơn kèm theo với các chân ngôn, mật chú, *mạn-đà-la*...

Thật ra, niềm tin vào sự huyền diệu, vào thần thông và sự mầu nhiệm bao giờ cũng là một yếu tố nội tại của Phật giáo, nghĩa là nó xuất hiện ở mọi tông phái khác nhau của Phật giáo. Tuy nhiên, điều đó chỉ được thừa nhận như một kết quả tu tập thực tế chứ không phải mục tiêu nhắm đến của người tu tập. Kinh điển *Tiểu thừa* thực sự có nhắc đến khả năng chứng đắc thần thông của người tu tập. Kinh điển *Đại thừa* có phần tiến xa hơn khi có nhiều đoạn mô tả khá chi tiết về những năng lực thần thông của các vị Bồ Tát. Mặc dù vậy, đức Phật vẫn thường xuyên nhắc nhở, cảnh giác các đệ tử rằng thần thông không bao giờ có thể được xem là mục tiêu của người tu tập.

Tuy nhiên, khi những tác động tinh thần của giáo pháp ngày càng yếu đi trong hoàn cảnh lịch sử xã hội Ấn Độ ngày càng trở nên bất lợi, những người Phật tử bình dân dường như bắt đầu có khuynh hướng trông cậy vào phép mầu để xua tan những nguy hiểm và có được sự chở che phù hộ. Tất nhiên là giới tăng sĩ cũng không khỏi quan tâm đến những nhu cầu mới này, và trong chừng mực những gì mà giáo pháp giảng dạy, họ đã có sự lưu tâm nhấn mạnh và phát triển những yếu tố phù hợp với khuynh hướng mới.

Trong thực tế, ngay từ khoảng đầu thế kỷ 4, rất nhiều loại thần chú *Man-tra*[1] đã thấy xuất hiện trong kinh điển. Những thần chú này cũng được gọi là *Đà-la-ni*,[2] bởi vì chúng có mục đích hộ trì hay duy trì đời sống tín ngưỡng. Từ đầu thế kỷ 6, các hình thức huyền bí được vận dụng, như các nghi lễ cũng như những hình tròn và đồ hình huyền bí. Những hình thức này được dùng để bảo vệ đời sống tâm linh của các

---

[1] Mantra, những âm thanh đặc biệt khi đọc lên có công năng gợi một sức mạnh siêu hình hoặc gây ra một tác động huyền bí nào đó.

[2] Dhāraṇī, dịch nghĩa là Tổng trì (總持), nghĩa là thâu nhiếp tất cả. Thật ra, tuy cũng là dạng thần chú như Mantra, nhưng những câu đà-la-ni thường có độ dài hơn.

pháp sư - người thực hiện nghi lễ, đồng thời mang lại cho người bình dân những gì họ mong ước. Phép bắt ấn[1] thường được sử dụng để tăng thêm hiệu lực của những câu thần chú.

Thêm vào đó còn có những *mạn-đà-la*,[2] với nét đẹp hài hòa mà cho đến nay vẫn còn hấp dẫn khiếu thẩm mỹ của chúng ta. Những vòng tròn huyền diệu này, thường được vẽ quanh một điểm linh thiêng hay thuần khiết về mặt nghi lễ, dĩ nhiên là cũng có nguồn gốc rất xa xưa như các phép mầu từ thời tiền sử. Tuy nhiên, cách sắp xếp kỳ lạ của Phật giáo trong các *mạn-đà-la* này dường như đã được phát triển ở vùng Trung Á. Các *mạn-đà-la* diễn tả những sức mạnh tâm linh và sức mạnh vũ trụ dưới một hình thức huyền bí hay được nhân hóa, thể hiện những sức mạnh ấy thông qua hình ảnh các vị thần, được trình bày bằng hình dạng có thể nhìn thấy được, hoặc bằng những ký tự có khả năng gây ra sự liên tưởng đến các vị thần và những gì tạo thành tính chất huyền bí của họ.

Những biểu tượng này, nếu được nhận hiểu một cách thích hợp sẽ cho phép chúng ta diễn đạt được những nỗi lo sợ sâu thẳm trong tâm hồn, những rung động từ thuở sơ khai và những cảm xúc từ xa xưa. Thông qua chúng, ta có thể liên kết, khống chế và làm tan biến đi những sức mạnh của vũ trụ, tạo ra được sự chán ghét đối với tất cả những điều giả tạo của thế giới luân hồi, và đạt đến sự hợp nhất với ánh sáng tâm thức duy nhất và tuyệt đối.

Những *mạn-đà-la* là một hình thức đặc biệt của những đồ hình vũ trụ xa xưa, được xem như tiến trình thiết yếu

---

[1] Ấn: **Mudrā**, tức là việc sử dụng hai bàn tay đặt theo những tư thế nhất định trong khi đọc chú, hành lễ hoặc cầu nguyện.
[2] **Maṇdala**, dịch nghĩa là Viên tướng, hay vòng tròn, được sử dụng như những hình ảnh thiêng liêng nhắm đến những mục đích nhất định trong các nghi lễ.

phát triển từ một nguyên tắc cốt yếu và xoay quanh một trục trung tâm là núi *Tu-di*.

Những đồ hình như vậy không những được tái tạo trong các *mạn-đà-la*, mà còn có ở những loại bình dùng trong nghi lễ, ở những cung điện hoàng gia, ở các bảo tháp và đền thờ. Nhờ sự tương đồng giữa vũ trụ rộng lớn và tiểu vũ trụ trong con người mà mô hình của vũ trụ được tái hiện trong mỗi cá nhân, với tâm thức cũng như xác thân có thể được xem như là một *mạn-đà-la*, là bối cảnh của sự tìm cầu giác ngộ.

Cấu trúc, sự thiết kế những *mạn-đà-la*, và sự liên tưởng đến các thần linh đều được khống chế một cách tự nhiên bởi những quy tắc nghiêm ngặt và nghi thức hành lễ được xác định rõ.

Sự bộc phát sáng tạo của những *Tan-tra* đầu tiên đã dẫn đến một sự xuất hiện rối loạn của vô số những giả thuyết về các sức mạnh vũ trụ và tâm linh, và chính *Kim cang thừa* là bộ phái đã áp đặt trật tự sắp xếp cho khối lượng khổng lồ những truyền thống mới hình thành đó. Bộ phái này chấp nhận việc phân chia tất cả sức mạnh vũ trụ thành năm phần, mỗi phần thuộc về một trong 5 đức *Như Lai*. Đó là các vị *Đại Nhật Như Lai, A-súc-bệ Như Lai, Bảo Sinh Như Lai, A-di-đà Như Lai* và *Bất Không Thành Tựu Như Lai*.

Tiếp theo đó là một hệ thống phức tạp và rất chi tiết của những mối tương quan huyền bí, sự xác định, biến đổi và chuyển hóa, liên kết tất cả những sức mạnh và sự kiện trong vũ trụ với 5 phần này. Thân thể con người được đặc biệt xem như một tiểu vũ trụ, là biểu hiện của toàn thể vũ trụ, và là phương tiện để nhận thức chân lý, chủ yếu là nhờ vào những phương pháp đã hình thành nên một phần của môn *Du-già Hatha* ngày nay ở Ấn Độ.

Chúng ta được nghe nói nhiều về bản chất tương đồng giữa những gì nhìn thấy, nghe biết và sờ mó được, và tất cả mọi pháp môn tu tập đều được thực hiện nhằm hợp nhất được những sức mạnh của tâm ý, lời nói và thân thể (*thân, khẩu, ý*), hướng đến mục đích nhận ra được trạng thái rốt ráo của sự hoàn tất, hay chính là *sự giác ngộ*.

Kim cang thừa khi ấy được xác định rất rõ ràng như là một "*phương thức sống giúp người tu sử dụng được mỗi một hoạt động của thân, khẩu và ý đều như là phương tiện giúp cho sự tiến đến giác ngộ*", và như vậy thật đáng ngạc nhiên là rất gần gũi với *Thiền tông*.

Tuy nhiên, ý nghĩa chân thật của *Kim cang thừa* không phải lúc nào cũng dễ dàng nhận ra được, bởi vì ở đây đã hình thành một thông lệ là, đưa cái cao nhất vào trong hình thức thấp nhất, làm cho cái linh thiêng nhất trở thành tầm thường nhất, cái siêu việt nhất trở thành trần tục nhất, và tri thức chân chánh nhất được che giấu bởi những nghịch lý kỳ lạ nhất. Đây là một cách đối trị có dụng tâm với sự *tri thức hóa* quá độ của Phật giáo vào thời đó. Việc dùng đến rất nhiều hình ảnh gợi dục đặc biệt có dụng ý đánh thức thái độ nghiêm khắc quá đáng của tăng sĩ đối với mọi vấn đề liên quan đến tính dục. Sự giác ngộ, kết quả sự kết hợp giữa *trí huệ* và *phương tiện thiện xảo*, được trình bày bằng sự hợp nhất nam và nữ trong khoái cảm tình dục. Sự hợp nhất cả hai trong trạng thái giác ngộ là niềm hạnh phúc không thể diễn đạt.[1]

Dưới triều đại *Pāla*, những trung tâm mới được thành lập ở miền Đông Ấn, đặc biệt là *Vikramasila* và *Odantapuri*. Những trung tâm này, cùng với *Jaggadala* và *Somarupa* là những trung tâm điểm mà từ đó văn hóa Phật giáo lan tỏa ra khắp châu Á trong suốt từ thế kỷ 9 đến thế kỷ 12.

Sức phát triển của bộ môn *Tantra* tại Ấn Độ thiên về tâm lực xảy ra đồng thời với mối đe doạ hủy diệt ngày một

---

[1] Mahāsukha, Hán dịch nghĩa là đại an lạc (大安樂)

lớn ở biên giới tây bắc Ấn Độ. Ngay từ đầu thế kỷ 8, khi thế lực hùng mạnh của người Ả Rập trải dài từ *Morocco* đến xứ *Sindh* (*Pakistan*) thì tại Ấn Độ, phần lớn những người kế vị đế quốc vinh quang *Gupta* lại bận rộn với cuộc chiến tranh huynh đệ tương tàn, và nền văn hoá Ấn Độ bắt đầu đi vào thời kỳ suy sụp.

Cho đến khi quân Hồi tiến hành cuộc chiến tranh ở Trung Á thì pháp môn *Tantra* càng tiếp tục gia tăng ảnh hưởng mạnh mẽ, đặc biệt là ở *Oddiyana* thuộc khu vực ranh giới đông bắc Ấn Độ. Tại đây, triều đại Phật giáo *Pāla* đang thời cực thịnh.

Gần 4 thế kỷ trôi qua - kể từ giữa năm 711, khi xứ *Sindh* bị xâm lược, cho đến thế kỷ 12 - giáo pháp của Đức Phật *Thích-ca* dần dần suy yếu do ảnh hưởng của chiến tranh và sự hỗn loạn trong xã hội. May thay, trong suốt thời kỳ này, các vị đạo sư Tây Tạng đã kịp thời nắm bắt tinh tuý của các *Tantra* Phật giáo, và các kinh điển *Mật tông* chính yếu đều được dịch sang tiếng Tây Tạng, nhờ vậy đã tránh được sự thất truyền khi các đại tu viện và thư viện của Ấn Độ bị đốt phá.

Khi thủ phủ *Java* trở thành thuộc địa thì đồng thời một đại tu viện được xây dựng ở *Borobohur*. Mặc dù những thành quả nghệ thuật ở quê nhà bị quân Hồi hủy diệt, nhưng các kinh điển *Mật tông* của đế quốc *Pāla* (gồm *Bengal, Bihar, Orissa* và *Assam*) vẫn được bảo tồn.

Các di tích đền đài tu viện do các hoàng đế triều đại *Pāla* xây dựng đã chứng minh giá trị nghệ thuật tuyệt vời dưới ảnh hưởng của *Mật tông*. Nền nghệ thuật chịu ảnh hưởng đậm nét của các *Tantra* đã miêu tả những đặc điểm của nền văn minh Ấn Độ thuộc thời kỳ này. Vào thời ấy, đã có những con người được xem là biểu trưng cho đặc tính, mục đích và lý tưởng của một nền văn hoá; họ là động cơ, là lực lượng điều hướng những năng lực đầy sáng tạo để làm chuyển biến cả một dân tộc và thay đổi nền móng xã hội Ấn Độ; họ là những mẫu mực để mọi người noi theo và là những ngôi sao sáng trên bầu trời huyền thuật của pháp môn *Tantra*. Những con người ấy được tôn vinh là các vị *Tất-đạt* (*Siddha*) hay *Đạo sư*, cũng được gọi là các vị *Thành tựu giả*.

Như vậy, trong thực tế thì *Mật tông* đã phát triển khá hoàn chỉnh tại Ấn Độ trước khi truyền sang Tây Tạng. Và nền tảng giáo lý của *Mật tông* cũng chính là những phần giáo pháp đã được truyền dạy trong các kinh điển *Đại thừa*. Điều này giải thích vì sao tất cả các bậc đạo sư của *Mật tông* luôn có những phong cách rất gần gũi với các vị tăng sĩ *Đại thừa*, và những mật hạnh của họ tuy có khác nhau nhưng cũng đều xuất phát từ ý nghĩa hoằng hóa độ sinh của *Bồ Tát hạnh*. Truyền thuyết ghi nhận ít nhất là 84 vị đạo sư *Mật tông* tại *Ấn Độ*, được gọi là các vị *Chân sư Đại thủ ấn* (*Mahamudra*). Sự nghiệp hoằng hóa của các vị tuy mang đậm những nét huyền thuật nhiệm mầu, nhưng cũng đồng thời tỏa sáng tinh thần vị tha, bất vụ lợi và đức hy sinh cao cả. Một số trong các vị chính là những người đã có công truyền bá Phật giáo sang Tây Tạng.

Sự phát triển của nền văn hóa Tây Tạng nói chung và Phật giáo Tây Tạng nói riêng có những nét đặc biệt mà có lẽ không nước nào khác trên thế giới có được. Vì thế, việc tìm hiểu về những nét đặc thù này có thể sẽ giúp chúng ta dễ dàng hơn đôi chút trong việc tiếp nhận những phần giáo lý độc đáo của Mật tông Tây Tạng.

Chúng ta không biết gì nhiều về những thời điểm sớm hơn, nhưng có một cột mốc quan trọng được ghi lại chính xác trong lịch sử Trung Hoa là vào năm 641, tức năm Trinh Quang thứ 15 đời nhà Đường, vua Đường Thái Tông đã gả công chúa Văn Thành cho vua Tây Tạng, lúc bấy giờ được người Trung Hoa gọi là nước Thổ Phồn.

Vị công chúa này là một người có học vấn và là một Phật tử thuần thành. Một người vợ khác của vua Tây Tạng là công chúa *Ba-lợi-khố-cơ* của nước *Ni-bạc-nhĩ* cũng là một người có học thức. Cả hai người đã đưa ra những lời khuyên giá trị giúp vua Tây Tạng phát triển văn hóa đất nước. Ông đã cử người sang Ấn Độ và Trung Hoa để thỉnh các vị tăng sĩ Phật giáo đến Tây Tạng truyền pháp (khoảng năm 650), đồng thời cũng cử một phái đoàn gồm 18 người do quan đại thần là *Đoan-mỹ-tam-bồ-đề* (*Thon-mi-sandhota*) dẫn đầu sang Ấn Độ du học. Khi những người này học xong trở về Tây Tạng, họ đã dựa theo chữ viết tiếng Phạn (**Devanāgarī**) để chế tác ra chữ viết riêng cho Tây Tạng, và ngay sau đó sử dụng loại chữ viết mới này để tiến hành việc phiên dịch kinh điển Phật giáo sang Tạng ngữ. Chính đức vua Tây Tạng cũng nêu gương học tập cách viết loại chữ mới này, và vì thế nó nhanh chóng được phổ cập trong toàn xã hội.

Sự hình thành một loại chữ viết mới và sử dụng vào việc phiên dịch kinh điển là một quá trình phải mất nhiều thế kỷ ở các quốc gia khác, nhưng lại chỉ diễn ra trong một thời gian ngắn ở Tây Tạng. Đây quả là một điều ít có và dễ làm cho người ta phải kinh ngạc đến độ hoài nghi.[1]

Khoảng hơn nửa thế kỷ sau đó, vào năm 710, tức năm Cảnh Vân thứ nhất đời nhà Đường, vua Đường Duệ Tông lại gả công chúa Kim Thành cho vua Tây Tạng đời thứ 35 là *Khí-lệ-súc-tán*. Vị công chúa này tiếp tục mang đến Tây Tạng nhiều kinh thư, sách vở của Trung Hoa, và thông qua đó người Tây Tạng đã học hỏi được rất nhiều từ nền văn hóa lớn này.

---

[1] Nếu so với quá trình hình thành chữ Nôm ở nước ta cũng có thể thấy được sự phi thường này. Chữ Nôm được bắt đầu chế tác từ rất sớm - có thể là trước thế kỷ 10 - nhưng mãi đến khi được thay thế bằng chữ Quốc ngữ như hiện nay vẫn chưa bao giờ được sử dụng như một loại chữ viết chính thức và hoàn chỉnh của cả nước.

DẪN NHẬP

Năm 787, ngôi chùa đầu tiên của Tây Tạng được xây dựng hoàn thành ở *Bsam-yas*, có tên là chùa *Tang-duyên* (*Samye*),¹ nằm về phía đông nam của thủ đô *Lhasa*. Đây là nơi ngài Tịch Hộ (*Śāntarakṣita*),² một vị cao tăng Ấn Độ đến hoằng hóa trong suốt 13 năm sau đó, theo lời mời chính thức của vua Tây Tạng là *Ngật-lật-sang Đề-tán* (*Trhisong Detsen*).

Không bao lâu sau khi chùa *Tang-duyên* được xây dựng hoàn thành, những vị tăng sĩ Tây Tạng đầu tiên được thọ giới với ngài Tịch Hộ. Nhiều ngôi chùa khác tiếp tục được xây dựng ở khắp nơi, nhiều cao tăng được mời từ Ấn Độ sang, chữ viết Tây Tạng được sử dụng để phiên dịch rất nhiều kinh điển. Mặc dù chỉ phát triển trong một thời gian ngắn và xúc tiến với tốc độ khá nhanh, nhưng công việc này đã được thực hiện một cách vô cùng thận trọng và nghiêm túc. Có những nỗ lực rất lớn để đảm bảo tính chính xác cho các bản dịch, và các thuật ngữ được tiêu chuẩn hóa vào khoảng năm 835 bởi một ủy ban gồm những học giả Ấn Độ (*Pandit*) và các nhà thông thái Tây Tạng (*Lotsaba*). Các tiêu chuẩn học thuật được công bố rộng rãi qua việc phát hành quyển sách *Mahāvyutpatti* để hướng dẫn cho những người tham gia dịch thuật kinh điển.

---

¹ Chúng tôi dẫn theo Edward Conze trong A Short History of Buddhism. Có tài liệu khác cho rằng chùa này được khởi công xây dựng vào năm 749, tức năm Thiên Bảo thứ 8 đời Đường Huyền Tông. Không biết là do thời gian xây dựng chùa kéo dài hay có sai lệch giữa hai nguồn tài liệu?

² Tịch Hộ (寂護) là một vị cao tăng Ấn Độ, thuộc Trung quán tông, người đã truyền Phật giáo sang Tây Tạng trong thời kỳ đầu tiên. Tuy có một số tăng sĩ truyền giáo đã đến Tây Tạng trước đó, nhưng ngài là người đầu tiên còn để lại dấu vết cho đến nay. Niên đại của ngài không được rõ ràng. Có thuyết cho là ngài sinh năm 725 và mất trong khoảng năm 784 hoặc 788 (Trung Hoa Phật học toàn thư). Nhưng theo Phật Quang Từ điển thì niên đại của ngài là 700-760. Và còn có một thuyết nữa cho là ngài sinh năm 750 và mất năm 802 (Từ điển Phật học của Chân Nguyên). Căn cứ theo năm xây dựng chùa Tang Duyên và số năm ngài hoằng hóa tại chùa này thì giả thuyết sau cùng này có lẽ là chính xác nhất.

Vào triều đại của vua *Khri-ral-pa-can* (817-836), ảnh hưởng của Phật giáo phát triển đến đỉnh điểm cao nhất.

Với sự ủng hộ của triều đình, Phật giáo đã đẩy lùi một cách nhanh chóng những ảnh hưởng của tôn giáo bản địa là đạo *Bon* để chiếm ưu thế và phát triển mạnh mẽ. Mặc dù vậy, nếu phân tích một cách khách quan thì tính chất ưa chuộng huyền thuật hay phép mầu, thần thông của người dân Tây Tạng có phần nào đó là do ảnh hưởng lâu đời của đạo *Bon* để lại. Ảnh hưởng này sẽ tiếp tục ngấm ngầm chi phối người Tây Tạng trong việc tiếp nhận các luồng tư tưởng Phật giáo khác nhau.

Trong suốt giai đoạn phát triển đầu tiên của Phật giáo, Tây Tạng đã tiếp nhận ít nhất bốn luồng tư tưởng khác nhau trong những điều kiện hoàn toàn đặc thù của đất nước này.

Luồng tư tưởng thứ nhất đến từ phía tây, vùng thung lũng *Swat*. Đây là những tư tưởng *Tan-tra* của ngài *Padmasambhava*, thường được biết hơn với danh xưng là Đại sư *Liên Hoa Sanh*. Ngài được vua Tây Tạng cho người đến thỉnh từ xứ *Udyāna* (Ô-trượng-na) thuộc miền Bắc Ấn Độ. Ngài là một vị đạo sư tinh thông *Mật tông*, đã nhận lời thỉnh cầu của vua Tây Tạng và đến nước này cùng với 25 vị đệ tử, tương truyền là để đẩy lùi những cơn dịch bệnh quái ác vào lúc đó đang hoành hành tại Tây Tạng.

Tinh thần *Mật tông* do ngài *Liên Hoa Sanh* mang đến cùng với những *Tan-tra*, *Đà-la-ni*... rõ ràng là có sự gần gũi đáng kể với đạo *Bon*, và ngài đã thành công vượt bực ở Tây Tạng. Những câu chuyện kể về ngài được người dân Tây Tạng truyền tụng mãi đến nay luôn gắn liền với những phép thần thông diệu dụng mà ngài đã hiển lộ, nhưng trên tất cả là đức từ bi và tinh thần vị tha, vô ngã trong sự giáo hóa của ngài. Theo suy đoán thì có lẽ ngài đã truyền dạy một hệ thống giáo pháp thuộc *Kim cang thừa*, nhưng ngày nay chúng ta không thể biết chính xác là như thế nào. Ấn tượng mà ngài tạo ra đối với Tây Tạng phần lớn là nhờ vào việc thực hiện những phép mầu, và những huyền thoại để lại về ngài có thể là đã vượt quá những sự kiện lịch sử. Ngài là người sáng lập tông phái *Nyingma* (*Ninh-mã*), ngày nay vẫn còn tồn tại và được gọi là *Cổ phái* vì tính chất cổ xưa nhất của nó.

Luồng tư tưởng thứ hai đến từ phía nam, là sự tổng hợp các tư tưởng *Đại thừa* của thời đại *Pāla* do một số học giả hàng đầu của các đại học ở *Ma-kiệt-đà* truyền đến. Sự kết hợp hệ tư tưởng *Bát-nhã* với *Tan-tra* đã trở thành truyền thống trung tâm của Phật giáo Tây Tạng, và nhiều lần được đổi mới mãi cho đến nay. Dòng tư tưởng này xoay quanh bộ *Hiện quán trang nghiêm luận*,[1] một tác phẩm của Ấn Độ vào thế kỷ 4, sắp xếp nội dung bộ *Bát-nhã Ba-la-mật-đa* thành 25.000 cặp câu theo thể kệ, thành một bảng kê rõ ràng có đánh số để có thể ghi nhớ được, như là bước đầu tiên trong việc thiền quán về bộ kinh này, và đồng thời cũng diễn giải theo tinh thần của *Trung quán tông* với một sự dung hợp cùng truyền thống ôn hòa hơn của *Duy thức tông*.

Vốn đã được chú giải rất nhiều ở Ấn Độ từ trước đó, nên khi truyền đến Tây Tạng thì bộ *Hiện quán trang nghiêm luận* trở thành nền tảng căn bản nhất cho sự đào luyện những tư tưởng cao hơn không thuộc hệ thống *Tan-tra*, và rất nhiều chú giải cho bộ luận này đã được các học giả Tây Tạng biên soạn.

Luồng tư tưởng thứ ba đến từ phía tây nam là của phái *Nhất thiết hữu bộ*. Từ rất sớm, theo lời mời của nhà vua, bộ phái này đã từ Ấn Độ đến Tây Tạng và có xây dựng một tu

---

[1] Abhisamayālaṅkāra, Hán dịch là Hiện quán trang nghiêm luận (現觀莊嚴論), tên đầy đủ là **Abhisamayālaṃkāra-nāma-prajñāpāramitopadeśa-śāstra**, Hán dịch là Hiện quán trang nghiêm Bát-nhã ba-la-mật-đa Ưu-ba-đề-xá luận (現觀莊嚴般若波羅蜜多優波提舍論), được cho là bộ luận của ngài Di-lặc.

viện. Nhưng sự có mặt của họ không bao lâu đã trở nên mờ nhạt vì dân chúng Tây Tạng không mấy người quan tâm đến những giáo lý thiếu vắng yếu tố phép mầu, thần thông.

Mặc dù không thể duy trì sự hiện diện lâu dài trong một thế giới của những pháp thuật và sự mầu nhiệm, nhưng *Nhất thiết hữu bộ* cũng tạo được một ảnh hưởng đáng kể đối với tư tưởng của Tây Tạng, bởi vì kinh văn của bộ phái này gần như là phiên bản duy nhất của kinh điển Phật giáo thuộc thời kỳ trước kia đã được đưa vào trong số những kinh điển phiên dịch sang tiếng Tây Tạng.

Luồng tư tưởng thứ tư đến từ phía đông, do các thiền sư Trung Hoa truyền sang. Các vị này đã có rất nhiều nỗ lực để giáo hóa dân chúng ở đây theo giáo lý *Thiền tông*. Nhưng không bao lâu họ đã gặp phải sự bất đồng với những học giả chính thống của Ấn Độ theo khuynh hướng *Pāla* và bị thất bại hoàn toàn. Sau đó, họ bị buộc phải rời khỏi Tây Tạng hoặc một số ít đi vào hoạt động không công khai, vì thế không tạo được mấy ảnh hưởng đối với Phật giáo Tây Tạng.

Sự dung hợp và tiếp thu các luồng tư tưởng theo khuynh hướng đặc thù của người dân Tây Tạng đã nhanh chóng tạo thành một nền Phật giáo Tây Tạng mang đậm màu sắc của những huyền thuật và phép mầu. Vì thế, bất chấp những ảnh hưởng có thật của Phật giáo *Đại thừa*, từ khởi nguyên đến nay Phật giáo Tây Tạng vẫn luôn được xem như thuộc về *Mật tông*.

Tuy nhiên, sự phát triển nhanh chóng của Phật giáo tại Tây Tạng không bao lâu đã gặp phải một giai đoạn bất lợi kể từ năm 836, khi vua Tây Tạng đời thứ 39 là *Lang-dar-ma* (836-842) lên ngôi.

Vị vua này là một tín đồ thuần thành của đạo *Bon*, nên sau khi lên ngôi ông đã ra sức làm tất cả mọi việc để tiêu diệt Phật giáo.

DẪN NHẬP

Thật là một sự trùng hợp tình cờ khi chỉ mấy năm sau đó, tại Trung Hoa cũng xảy ra tình trạng đàn áp, hủy diệt Phật giáo. Đó là vào năm 845, tức niên hiệu Hội Xương thứ 5, vua Đường Vũ Tông ban sắc lệnh hủy hoại các nơi thờ Phật, có đến hơn 1.600 ngôi chùa lớn đã bị phá hủy, bức bách các vị tăng ni phải hoàn tục, có đến hơn 260.000 vị... Vua còn sai thu gom và đốt hết kinh điển đạo Phật, đập phá tượng Phật, tịch thu ruộng đất nhà chùa, thu gom các chuông đồng, khí cụ trong nhà chùa về nấu chảy thành đồng dùng để đúc tiền và nông cụ...

Lại cũng như một sự tương hợp tình cờ, sau pháp nạn Đường Vũ Tông phá Phật thì nhà Đường ngày càng lâm vào cảnh suy vi, u ám và loạn lạc, đến năm 907 thì bị Chu Toàn Trung diệt mất mà lập ra nhà Hậu Lương. Trong khi đó thì tại Tây Tạng tình trạng cũng không sáng sủa gì hơn, đất nước lâm vào cảnh phân chia manh múm giữa các thế lực đối nghịch, loạn lạc kéo dài đến cuối thế kỷ 10. Phật giáo Tây Tạng gần như bị đàn áp và tiêu diệt hoàn toàn trong giai đoạn này, và phải đợi đến sang đầu thế kỷ 11 mới được khôi phục.

Tình trạng đàn áp Phật giáo diễn ra được 6 năm thì vua *Lang-dar-ma* bị một vị *Lạt-ma* dùng cung tên bắn chết vào năm 842. Mặc dù vậy, cái chết của ông càng đẩy Tây Tạng đi sâu vào tình trạng rối rắm do các thế lực tranh giành quyền lực. Ngay trong dân chúng, những kẻ có sức mạnh cũng tập hợp nhau hùng cứ mỗi người một nơi, khiến cho toàn cõi Tây Tạng bị chia năm xẻ bảy, làm cho đời sống người dân trở nên cực kỳ khốn khó. Mặt khác, triều đình đương thời vẫn tiếp tục thẳng tay đàn áp Phật giáo bằng cách giết hại tăng sĩ hoặc buộc họ phải đi làm thợ săn, đồ tể; nghiêm cấm việc dịch kinh và thu gom đốt phá tất cả những bản kinh đã dịch...

Nhưng sự đàn áp của triều đình Tây Tạng không bóp chết được niềm tin mãnh liệt đã được gieo cấy vào lòng người dân Tây Tạng. Vì thế, sau một thời gian dài khi có sự thay đổi về mặt chính trị và sự đàn áp không còn nữa thì ở những vùng xa xôi nhất về phía đông và phía tây, những người Phật tử bắt đầu nghĩ đến việc chấn hưng Phật giáo. Họ tìm cách tái lập mối quan hệ với Ấn Độ và *Kashmir* là những nơi mà Phật giáo vẫn còn phát triển. Một số người Tây Tạng tự mình tìm đến các vùng này để mời thỉnh các vị tăng sĩ sang truyền pháp.

Một trong số những người đã có công rất lớn trong việc chấn hưng Phật giáo Tây Tạng vào giai đoạn này là *Rin-chen Bzangpo* (958-1055). Ông không chỉ là một dịch giả tài ba mà còn là một người xây dựng rất nhiều đền chùa và tự viện ở miền tây Tây Tạng. Bản thân ông đã sang Ấn Độ theo học lần lượt với 70 vị danh tăng. Khi về nước, ông còn mời thỉnh được nhiều vị theo đến Tây Tạng để hỗ trợ cho công việc chấn hưng Phật giáo, như các vị *Tức-la-đạt-sá-la-phạm-hạnh* (Sraddhākaravarman), *Ba-địch-ma-sát-la-cấp-đa* (Padmakaragupta), *Phật-đà-tức-lợi-tân-đa* (Buddhāsīsānta), *Phật-đà-ba-la* (Buddhapata), *Cưu-ma-la-cấp-đa* (Kamalagupta)... Các vị này đều là những tăng sĩ tài ba có học lực uyên bác. Họ mang theo đến Tây Tạng nhiều bộ luận và đặc biệt là rất nhiều kinh điển *Mật tông*. Trong giai đoạn này có bộ kinh *Nhất Thiết Như Lai Kim Cang Tam Nghiệp Tối Thượng Bí Mật Đại Giáo Vương* được dịch sang Tạng ngữ. Những yếu tố thiên về *Mật tông* trong giai đoạn này càng góp phần làm cho hầu hết các tông phái Phật giáo ở Tây Tạng được hình thành về sau đều mang đậm sắc thái của *Mật tông*.

Có một sự kiện mang tính quan trọng quyết định là việc ngài A-đề-sa (Atiṣa - 982-1054) rời khỏi chùa Vikramaśīla (chùa Siêu Giới) ở Bihār (miền Bắc Ấn Độ) để đến Tây Tạng. Sự giáo hóa của ngài đã thành lập nền Phật giáo Đại thừa theo kiểu Pāla ở miền trung Tây Tạng.

DẪN NHẬP

Năm 1076, một cuộc kết tập kinh điển lớn diễn ra ở Tholing, miền tây Tây Tạng, nơi các vị Lạt-ma từ khắp nước Tây Tạng tụ họp về. Đây có thể xem là cột mốc quan trọng đánh dấu sự thiết lập của Phật giáo tại Tây Tạng.

Hoạt động của ngài A-đề-sa không chỉ giới hạn trong việc tái lập Phật giáo trên khắp nước, mà còn sáng tạo cả một hệ thống tính toán niên đại, cho đến nay vẫn còn được sử dụng ở Tây Tạng. Hệ thống này xác định mỗi năm theo vị trí của nó trong một chu kỳ 60 năm, được thiết lập từ sự kết hợp năm yếu tố là kim, mộc, thủy, hỏa, thổ, cùng với 12 biểu tượng bằng những con vật: Tuất, Hợi, Tý, Sửu, Dần, Mẹo, Thìn, Tỵ, Ngọ, Mùi, Thân và Dậu. Vì thế, trong phần truyện kể về các vị đại sư tái sinh, chúng ta sẽ bắt gặp những cách diễn đạt thời gian như năm Kim Tuất, năm Mộc Hợi... có phần khác lạ so với lịch pháp Trung Hoa mà ta vẫn quen dùng như Giáp Tý, Ất Sửu...

Một trong những khó khăn của giáo lý Phật giáo là có quá nhiều giáo pháp và phương thức thực hành, nhiều đến nỗi rất cần phải có một sự hướng dẫn và phân loại. Ngài A-đề-sa đã giải quyết khó khăn này qua tác phẩm "Minh đăng thánh đạo" (Ngọn đèn chiếu sáng con đường đi đến giác ngộ, cũng thường được gọi là Bồ-đề đạo đăng luận), trong đó ông phân biệt những phương thức thực hành dựa theo ba trình độ phát triển tâm linh. Mức độ thấp nhất là những người muốn tìm cầu hạnh phúc trong thế gian này và chỉ nghĩ đến lợi ích của riêng mình. Mức độ thứ hai là những người cũng nghĩ đến lợi ích của riêng mình, nhưng khôn ngoan hơn nên chọn một cuộc sống đời đạo đức và tìm cầu sự trong sạch. Mức độ cao nhất là những người trong tâm đã giải thoát được tất cả. Nhưng tác phẩm này chỉ phát huy được tối đa hiệu quả của nó vào khoảng 300 năm sau với sự xuất hiện của ngài Tông-khách-ba.

Sự hình thành của các tông phái Phật giáo Tây Tạng diễn ra trong khoảng 400 năm, do chính người Tây Tạng thành lập và có sự điều chỉnh thích hợp theo với những điều kiện tinh thần và xã hội của Tây Tạng. Vì thế, chúng ta không lấy làm ngạc nhiên khi thấy rằng hầu hết đều mang đậm màu sắc của Mật tông. Qua những gì được trình bày sơ lược ở trên, ta đã thấy là các yếu tố huyền thuật, phép mầu hay thần thông đã từng gắn bó lâu dài với người dân Tây Tạng như thế nào.

Các vị Tổ sư khi thành lập mỗi một tông phái đều thể hiện những nét siêu việt, xuất chúng của mình về một trong những yếu tố góp phần tạo nên đời sống tâm linh phong phú của Phật giáo Tây Tạng. Các tông phái có sự khác nhau về phương thức tổ chức tự viện, về y phục, về các vị thần bảo hộ, cách giải thích về Bản sơ Phật,[1] hoặc về phương pháp thiền định v.v... Tuy nhiên, họ luôn có sự tác động lẫn nhau, và cũng có cả nhiều sự vay mượn lẫn nhau.

Trước khi nói đến các tông phái chính của Phật giáo Tây Tạng được thành lập vào giai đoạn sau này, chúng ta hãy tìm hiểu đôi nét về phái Nyingma (Ninh-mã), tông phái cổ xưa nhất của Phật giáo Tây Tạng, được thành lập từ thời của Đại sư Liên Hoa Sinh.

Trải qua suốt một thời gian dài bị đàn áp dã man, sự tồn tại của phái Nyingma quả là điều hết sức kỳ diệu. Rất có thể là nhiều người trong tông phái này đã phải giả dạng như các giáo sĩ đạo Bon, hoặc lẩn trốn trong những vùng núi rừng hoang vắng. Mặt khác, khi nghiên cứu về giáo lý của tông phái này, chúng ta cũng không thể biết chắc được những phần nào là được phát triển trong giai đoạn sau này, và những phần nào là do chính ngài Liên Hoa Sanh truyền dạy từ trước đó.

---

[1] Ādibuddha, Hán dịch âm là A-đề Phật (阿提佛), dịch nghĩa là Bản sơ Phật (本初佛).

DẪN NHẬP

Tông phái này phân chia truyền thống giáo lý thành hai phần. Những lời dạy rõ nghĩa (hiển giáo) được truyền dạy bởi các vị tăng Ấn Độ, và những "mật tạng" là kinh điển bí mật được ngài Liên Hoa Sanh hoặc đức Phật Bản Sơ cất giữ, được gọi là các Terma. Từ năm 1150 đến 1550, một số lượng đáng kể những kinh điển thuộc loại bí mật này được khai quật, và sự khám phá ra những kinh điển này rất có thể được xem là lý do của những cải cách về tín ngưỡng. Chính bản tiểu sử của ngài Liên Hoa Sanh hiện nay cũng là được khám phá vào khoảng năm 1350. Tuy nhiên, rất nhiều kinh điển bí mật loại này quả thật lưu giữ trong đó những truyền thống rất cổ xưa, như được thấy rõ nhất là trong cuốn Tử thư[1] nổi tiếng.

Về giáo pháp, phái Nyingma (Ninh-mã) phân biệt có 6 loại kinh nghiệm trung gian, hiểu theo nghĩa là chúng nằm đâu đó ở khoảng giữa, một bên là thế giới giác quan bình thường này, và bên kia là cảnh giới tâm linh thuần túy của Niết-bàn. Ba kinh nghiệm đầu tiên là:

1. Trong bào thai, kéo dài nhiều tháng trước khi sinh ra.

2. Trong một số những giấc mơ có sự kiểm soát của tâm thức.

3. Trong trạng thái hoàn toàn xuất thần.

Với 3 kinh nghiệm còn lại, ý nghĩa trung gian còn được hiểu thêm là vì chúng xảy ra trong khoảng thời gian giữa sự chết và sự tái sinh vào đời sống mới, được cho là kéo dài trong 49 ngày. Trong thời gian đó, thân xác bằng xương thịt thông thường này được thay thế bằng một loại thân xác rất tinh tế. Cuốn Tử thư đã mô tả rất tỉ mỉ một số chi tiết các hình ảnh

---

[1] Bardo Thödol - tập sách nổi tiếng mô tả về cái chết và những trạng thái tâm thức sau khi chết, đã được dịch sang Anh ngữ với nhan đề "The Tibetian Book of the Dead". Hiện đã có bản dịch Việt ngữ của Nguyên Châu - Nguyễn Minh Tiến, nhan đề "Người Tây Tạng nghĩ về cái chết" (hay Người chết đi về đâu), NXB Văn hóa Thông tin.

rất có thể sẽ hiện ra với những ai hiểu biết nhiều về truyền thống tu tập trong suốt thời gian đó. Tác phẩm này còn giữ lại được một số kiến thức cổ xưa của thời kỳ đồ đá về đời sống sau khi chết, và cho thấy những điểm giống nhau đáng kinh ngạc với những truyền thống khác được tìm thấy trong các văn bản cổ của Ai Cập, Ba Tư và Thiên Chúa giáo.

Phái Nyingma (Ninh-mã) khác biệt với các tông phái khác ở điểm là họ sử dụng ngay cả những yếu tố thường bị chê bỏ. Chẳng hạn như sự sân hận và dục vọng, và ngay cả xác thân nhục dục vốn bị xem là sự ngăn trở, nguồn gốc của tội lỗi, đã được tông phái này sử dụng như những phương tiện để làm phong phú hơn nữa cho đời sống tâm linh. Nói chung, những tư tưởng của họ đều phù hợp với quan điểm Tan-tra được cải tiến ở Ấn Độ.

Trình tự công phu của tông phái này như sau:

1. Sự sáng tạo tinh thần của các vị hộ pháp, nhờ vào sự trợ lực của các man-tra, các hình ảnh tưởng tượng, và các vị không hành nữ (ḍākinī).[1]

2. Sự kiểm soát được thân xác bí ẩn, gồm các mạch máu, tinh dịch .v.v...

3. Sự nhận thức được bản tánh chân thật của tự tâm.

Bồ Tát Phổ Hiền (Samantabhadra), một vị Bồ Tát hóa thân rất gần gũi với đức Phật Đại Nhật, là nguồn hiển lộ cao cả nhất của giai đoạn thứ ba. "Chân như, bao gồm cả tự thân, về bản chất không phải là sự trói buộc, tại sao phải tự mình tìm cách thoát khỏi sự trói buộc? Chân như vốn không lừa dối, tại sao lại tìm kiếm chân lý từ bên ngoài?" Vì vậy, sự

---

[1] Không hành nữ hay không hành mẫu, nghĩa đen là những người nữ có khả năng phi hành giữa không trung. Trong truyền thống Mật tông, các vị này được xem như những biểu hiện của sự giác ngộ, thường hiện ra để truyền dạy pháp yếu cho các hành giả khi họ tu chứng đến một cảnh giới nhất định.

kiềm chế bị phủ nhận trong những nguyên tắc đạo đức Phật giáo. Một người hoàn thiện về mọi mặt không hề kiềm chế dục vọng, sân hận... mà chỉ chuyển hóa chúng một cách thích hợp.

Trong những phần giáo lý cao nhất, phái Nyingma (Ninh-mã) tỏ ra rất gần gũi với Thiền tông, theo đó hình thức cao nhất của Du-già hàm chứa việc nhận ra được bản tánh chân thật của tự tâm. Cũng giống như Thiền tông, tông phái này nói đến sự giác ngộ với ý nghĩa có phần nào khác với các nhà Phật học Ấn Độ. Họ tin rằng một người đã đạt đến Niết-bàn ngay tại nơi này và trong hiện tại, với mọi hành vi đã thoát ra ngoài nhân quả thì có thể làm tan biến xác thân của mình vào một vệt sáng cầu vồng.

Tông phái Nyingma (Ninh-mã) tập trung nhiều vào phần giáo lý bí truyền và sự chứng ngộ tự thân, nghiêng về trực giác nội tâm hơn là những tri thức có thể truyền đạt được. Mãi cho đến thời gian cách đây chừng một thế kỷ, tông phái này không hề có những sự nghiên cứu học thuật nào theo kiểu phái Gelugpa (Cách-lỗ, tức Hoàng phái, vì họ luôn sử dụng y phục màu vàng). Nhưng gần đây đã có một vài nơi thực hiện việc này, do sự ảnh hưởng của các tông phái khác.

Phái Nyingma (Ninh-mã) có ảnh hưởng rất lớn đối với dân chúng, nên phần lớn các tông phái khác đều kính nể họ. Chẳng hạn, khi những người thuộc phái Gelugpa muốn tiên đoán tương lai, thường họ không tự làm điều đó mà nhờ đến một nhà sư tiên tri của phái Nyingma (Ninh-mã).

Phái Nyingma đã hấp thụ rất nhiều yếu tố của đạo Bon, và chính trong tông phái này Phật giáo và đạo Bon tiếp tục có sự tác động qua lại.

Tiếp theo đây, chúng ta sẽ lần lượt đề cập đến các tông phái khác, được hình thành vào giai đoạn sau này và hầu hết đều có ít nhiều chịu ảnh hưởng sự giáo hóa của ngài A-đề-sa.

Trước hết là phái Kadam (Cam-đan) do một đệ tử của ngài A-đề-sa là ngài Gyalwa Dromtonpa thành lập vào khoảng năm 1050. Tên gọi của tông phái này hàm nghĩa là họ tuân theo những lời chỉ dạy của A-đề-sa, như được trình bày trong cuốn sách của ông về "phương thức đạt đến giác ngộ". Tông phái này tiêu biểu cho truyền thống trung tâm của Phật giáo Tây Tạng, và tạo thành mối liên hệ giữa các học giả Ấn Độ trong thời kỳ đầu với phái Gelugpa, tông phái giữ quyền cai trị Tây Tạng sau năm 1400. Họ rất chú ý đến đạo hạnh và giới luật, giữ gìn phạm hạnh[1] một cách nghiêm khắc. Tông phái này đã sản sinh ra nhiều bậc thánh giả uyên bác.

Một phái lớn khác nữa là Ca-nhĩ-cư (Kagyu) do ngài Marpa Lotsawa (1012-1097) sáng lập, có một quan hệ chặt chẽ hơn nhiều với đời sống của giới quần chúng bình dân. Trải qua sự thử thách của thời gian, tông phái này đã dần dần trở thành một tông phái mang đậm bản sắc Tây Tạng nhất so với tất cả các tông khác. Thường họ không thành công nhiều trong việc nắm giữ hoặc chi phối các quyền lực xã hội như các phái Śākya (Tát-ca) và Gelugpa. Trong việc tu tập, phái này không nhấn mạnh những kiến giải về lý thuyết, mà nhắm đến sự chứng ngộ thực tiễn. Hiện nay, phái này vẫn còn là một trong những tông phái mạnh nhất không cải cách. Về mặt lý thuyết, phái này xem việc lập gia đình không cản trở tín ngưỡng.

Trong phái này có sự xuất hiện của Milarepa (1040-1123), bậc thánh giả và nhà thơ vĩ đại, nổi tiếng nhất của Tây Tạng, là đệ tử trực tiếp của Marpa. Hầu hết người dân Tây Tạng đều đã từng nghe qua một phần nào đó trong tác phẩm nổi tiếng Thập vạn ca (100.000 bài ca) của ngài, và ai ai cũng quen thuộc với những sự kiện chính trong cuộc đời ngài. Như việc ngài đã học ma thuật như thế nào, rồi tự mình trả thù

---

[1] Phạm hạnh: hạnh trong sạch được thể hiện qua việc dứt hẳn sự dâm dục.

những kẻ thù của gia đình bằng cách làm cho nhà sập đè lên họ, và làm mưa đá rơi trên ruộng của họ. Và ngài đã nhanh chóng nhận thức được tội lỗi của mình, rồi vì sợ phải bị đọa địa ngục nên tìm cầu sự trong sạch bằng những phương pháp trực tiếp của Kim cang thừa. Rồi năm 38 tuổi ngài tìm gặp Marpa, người đã hành hạ ngài suốt trong 6 năm để giúp ngài trả hết những nghiệp ác đã tạo. Và năm 44 tuổi ngài sẵn sàng để được khai ngộ, rồi sống 39 năm còn lại như một nhà ẩn tu trên núi Hy-mã-lạp gần biên giới Nepal, hoặc đi lại đây đó để giáo hóa dân chúng, cho đến khi ngài tịch vì uống sữa pha thuốc độc của một người ganh ghét ngài.

Một số những sự kiện có kịch tính nhất của đời ngài Milarepa xảy ra trong những năm đầu sau khi được khai ngộ, khi ngài sống một mình trong hang động, chỉ ăn toàn rau cỏ cho đến khi trở nên xanh mét, và chỉ mặc một bộ y phục bằng vải mỏng trong sự rét buốt của mùa đông. Ngài không bao giờ quan tâm đến tài sản và tiện nghi, và luôn giữ lòng từ bi đối với tất cả chúng sanh.

Những tác phẩm văn chương phong phú của tông phái này bao gồm phần lớn là những tập sách mỏng hướng đến việc dạy cách thực hành những phép Du-già khác nhau. Với tính thực tiễn, họ luôn đặc biệt chú ý đến phép gtum-mo, tức là cách tạo ra hơi ấm huyền diệu trong thân thể. Không có phép luyện công phu này, đời sống trong các túp lều ẩn dật sẽ không thể nào chịu đựng được. Đây cũng là điều mà những người ở tầm mức trung bình có thể nhận biết được, và có thể làm cho họ tin được vào sự chân thật và hiệu quả của phép Du-già.

Phái tiếp theo là Shi-byed-pa, chú tâm đến một hình thức đặc biệt của giáo lý Bát-nhã được giới hạn cho một số ít những người có trình độ cao. Tông phái này được thành lập khoảng năm 1090, nổi bật về mặt tín ngưỡng nhiều hơn so với mặt xã hội. Họ không tổ chức chặt chẽ bằng các tông phái khác, và bao gồm những nhóm người luyện Du-già, hoặc các nhà ẩn tu. Họ dành trọn tâm trí cho việc thực hành thiền định ở những nơi cách biệt, và có mối quan hệ nội bộ khá mờ nhạt.

Giáo lý của phái Shi-byed-pa trước tiên do Pha-dam-pa đề ra. Ông là một vị thầy người Nam Ấn, với những giáo lý ảnh hưởng rất nhiều từ ngài Thánh Thiên (Āryadeva) và từ bộ Trung quán luận. Đây là một sự điều chỉnh những điểm cốt yếu về mặt tâm linh của Phật giáo cho phù hợp với giáo lý Tan-tra. Sự tu tập được chia thành hai giai đoạn: Trước hết là làm trong sạch tinh thần bằng cách lìa bỏ dục lạc; sau đó là làm an định tinh thần bằng cách loại trừ mọi đau khổ và đạt đến tâm bình thản.

Đối với giai đoạn thứ nhất, hành giả dựa vào các phương pháp thiền quán nhắm đến dẹp bỏ những ác tâm vốn luôn cám dỗ con người vào những tư tưởng xấu. Đối với giai đoạn thứ hai, hành giả chủ yếu dựa vào việc trì tụng các man-tra, chẳng hạn như man-tra của Tâm kinh[1] xoa dịu mọi đau đớn, hoặc tụng đọc những câu châm ngôn ngắn nói về bệnh khổ, niềm vui, cái chết và dục lạc.

Tông phái tiếp theo là phái Saskya (Tát-ca), có những nét gần gũi hơn với đời sống thế tục. Phái này được đặt tên theo tu viện chính của họ là Saskya, thành lập vào năm 1073. Họ tạo ra đối trọng cân bằng với hai phái Kadam (Cam-đan) và Shi-byed-pa bằng sự hoàn hảo trong cách tổ chức. Sau khi chế độ quân chủ sụp đổ, Tây Tạng không có chính quyền trung ương. Các tăng sĩ của phái này đã nắm lấy chính quyền, và truyền nối ngôi vị cho con cháu. Phags-pa (1235-1280) là

---

[1] Tức Bát-nhã tâm kinh (般若心經), hay nói đủ là Ma-ha Bát-nhã Ba-la-mật-đa tâm kinh (摩訶般若波羅蜜多心經). Ở đây được sử dụng như một thần chú

DẪN NHẬP

một trong những người xuất sắc nhất trong số những nhà cai trị mới được kế thừa, và địa vị lãnh đạo này của ông đã được đại đế Khubilai[1] thừa nhận. Tông phái này đã đào tạo được nhiều nhà thông thái. Hiện nay họ vẫn tồn tại nhưng đã từ lâu không còn nắm quyền cai trị đất nước.

Một tông phái nổi tiếng khác nữa phải nhắc đến là phái Gelugpa (Cách-lỗ). Tông phái này được sáng lập bởi ngài Tông-khách-ba[2] (1357-1419), nhà tư tưởng vĩ đại của Phật giáo Tây Tạng. Ngài là một nhà cải cách đã tiếp tục công việc giáo hóa của ngài A-đề-sa, nhấn mạnh đến việc tuân theo các chuẩn mực đạo đức và giới luật, điều hành chặt chẽ công việc hằng ngày của chư tăng, giảm nhẹ ảnh hưởng của pháp thuật bằng cách nhấn mạnh vào khía cạnh tâm linh. Phái Gelugpa (Cách-lỗ) hay Hoàng phái do ngài sáng lập là phái đã nắm quyền cai trị Tây Tạng cho đến năm 1950. Ngài là vị học giả vĩ đại, luôn cố gắng để tìm một vị trí trung dung giữa những cực đoan, tránh sự thiên lệch, và nhờ đó đạt đến kiến thức bao quát toàn diện.

Ảnh hưởng của ngài Tông-khách-ba được kéo dài nhờ vào số đệ tử rất đông, nhờ vào việc thành lập các tự viện sung túc, nhiều thế lực, và nhờ vào 16 bộ sưu tập các tác phẩm của ngài. Trong số đó, phải kể đến 2 tập yếu lược chỉ rõ những phương thức tu tập để đạt đến sự giải thoát, một tập trình bày đầy đủ về sáu phép ba-la-mật của Đại thừa, và tập kia nói rõ những phương thức công phu theo Mật tông. Tập sách

---

[1] Cũng viết là Kublai Khan hay Kubla (1215-1294), hoàng đế đầu tiên (1279-1294) của triều đại do Mông Cổ thiết lập cai trị Trung Hoa, có thế lực bao trùm vào thời đó. Ông là cháu nội của Thành Cát Tư Hãn, và là người đã mở rộng đế quốc Mông Cổ thành một trong những đế quốc lớn nhất thế giới.

[2] Tsongkhapa (1357-1419), người đã áp dụng hệ thống giáo dục Geshe nổi tiếng, theo đó tăng sĩ được đào tạo ở các tự viện cho đến khi đạt trình độ tương đương với học vị tiến sĩ triết học Phật giáo. Ngày nay, tăng sĩ thuộc phái Gelugpa (Cách-lỗ) vẫn được đào tạo theo hệ thống giáo dục này.

đầu gọi là "Từng bước đi lên giác ngộ", dựa theo khuôn mẫu từ tập sách Minh đăng thánh đạo của ngài A-đề-sa, nhưng chú ý nhiều hơn đến những người không có năng khiếu đặc biệt.

Sau khi viên tịch, ngài Tông-khách-ba được dân chúng thờ kính nhiệt thành, và được tin là đã sinh về cung trời Đâu Suất để thành Phật trong tương lai.

Với sự hình thành đa dạng của các tông phái, tăng đoàn Phật giáo đã bám rễ vững chắc trong đời sống dân chúng Tây Tạng. Vào thế kỷ 15, những môn đồ của ngài Tông-khách-ba đã diễn giải một số giáo lý cổ xưa theo cách phù hợp với những điều kiện xã hội hiện tại. Họ tin rằng chư Phật và Bồ Tát có thể hóa hiện ra những thân xác hoàn toàn không khác gì với thân xác của người thường (hóa thân), và sử dụng những hóa thân ấy để cứu độ, giáo hóa. Đây không phải là sự tái sinh, mà là sự sáng tạo vô ngại bằng năng lực thần thông của các ngài để thực hiện những hạnh nguyện của mình, trong khi các ngài vẫn thường an trú trong trạng thái không tạo tác.

Cũng vào thế kỷ 15, phái Gelugpa (Cách-lỗ) đưa ra một hình thức minh chứng cụ thể cho phần giáo lý này. Họ tin rằng các vị Bồ Tát (như đức Quán Thế Âm và Di-lặc) và chư Phật (như đức Phật A-di-đà) chắc chắn đã có hóa hiện ra những hóa thân của các ngài để làm các vị giáo chủ độ sinh.

Những hóa thân tái sinh này được các vị cao tăng tìm kiếm và xác nhận một cách hết sức cẩn thận, dựa trên những quy luật cũng chi ly và phức tạp như là những quy luật đã giúp cho Hội đồng Lễ nghi có thể phân biệt được những phép mầu chân chính với ma thuật. Vai trò lãnh đạo của những vị hóa thân tái sinh này là nét đặc trưng của Tây Tạng trong suốt gần 5 thế kỷ qua. Vai trò lãnh đạo này cũng mang lại một sự ổn định xã hội, và cho đến năm 1950 đã tỏ ra hiệu quả trong việc bảo vệ Phật giáo trước sự tràn ngập của nền văn minh hiện đại. Hơn thế nữa, các vị Lạt-ma còn chứng tỏ một cách đáng ngạc nhiên là họ hoàn toàn không bị ảnh hưởng của lòng ham muốn như những người thường, vốn là nguyên nhân chính dẫn đến mọi khổ đau và tội lỗi.

Vai trò lãnh đạo đương nhiên của các vị Lạt-ma được hỗ trợ bởi sự nới rộng các lãnh vực tinh thần mà họ quan tâm, có thể thấy trong những chương trình học tập mà phái Gelugpa (Cách-lỗ) áp dụng, trong hệ thống các vị thần rộng rãi và đa dạng, và trong sự hiện diện khắp nơi của những đối tượng tín ngưỡng.

Các trường hợp tái sinh không phải là điều mà thế giới phương Tây dễ dàng chấp nhận như một sự thật. Điều tất nhiên là họ cố tìm ra những cách giải thích "hợp lý" nào đó về sự tái sinh của các ngài để không phải tin rằng đó là những biểu hiện cụ thể của năng lực tâm linh. Tuy nhiên, nhiều thế kỷ đã trôi qua và câu trả lời cho vấn đề chính là sự xác nhận bằng thực tế. Không chỉ có một, mà là nhiều dòng truyền thừa khác nhau tại Tây Tạng vẫn duy trì được hình thức tái sinh của các vị Tổ sư đứng đầu tông phái, cho dù họ có những khác biệt nhất định về sự chọn lựa tái sinh cũng như các phương pháp tìm kiếm.

Dòng tái sinh được nhiều người biết đến nhất tại Tây Tạng là các vị Đạt-lai Lạt-ma của phái Gelugpa. Sự nổi bật của các vị Đạt-lai Lạt-ma là do vai trò nắm quyền cai trị đất nước của họ trong suốt nhiều thế kỷ qua. Cho đến nay, đã có 14 vị Đạt-lai Lạt-ma ra đời, được tin rằng chỉ là hóa thân tái sinh của duy nhất một vị mà thôi. Tên các vị được kể ra như sau:

1. Gendun Drub   1391-1475
2. Gendun Gyatso   1475-1542
3. Sonam Gyatso   1543-1588
4. Yonten Gyatso   1589-1617

5. Losang Gyatso	1617-1682
6. Jamyang Gyatso	1683-1706
7. Kelsang Gyatso	1708-1757
8. Jampel Gyatso	1758-1804
9. Lungtog Gyatso	1806-1815
10. Tsultrim Gyatso	1816-1837
11. Kedrub Gyatso	1638-1856
12. Trinle Gyatso	1856-1875
13. Tubten Gyatso	1876-1933
14. Tenzin Gyatso	1933 -

Đức Đạt-lai Lạt-ma thứ 14 hiện vẫn đang còn sống và là một trong số các vị lãnh đạo tinh thần của Phật giáo thế giới nói chung, của Tây Tạng nói riêng.

Sự nổi bật của các vị Đạt-lai Lạt-ma đã khiến cho rất nhiều người lầm tưởng rằng các ngài là những vị lãnh đạo tinh thần của toàn thể nhân dân Tây Tạng. Nhưng thật ra, như chúng ta vừa tìm hiểu trên, Tây Tạng có rất nhiều dòng phái khác nhau, và mỗi phái đều có một vị lãnh đạo tinh thần tối cao của riêng mình. Vì thế, mặc dù đức Đạt-lai Lạt-ma được xem là người lãnh đạo cao nhất của Tây Tạng về mọi mặt, nhưng mỗi một truyền thống tâm linh của đất nước này đều có một vị đứng đầu để dẫn dắt họ.

Trường hợp của dòng Karma Kagyu (Cát-mã Ca-nhĩ-cư) là một ví dụ cụ thể. Hơn thế nữa, truyền thống tái sinh của các vị Karmapa phái Karma Kagyu còn được khởi đầu từ thế kỷ 12, nghĩa là sớm hơn so với các vị Đạt-lai Lạt-ma đến gần 3 thế kỷ. Vì thế, họ được xem là những người đầu tiên đã khởi xướng truyền thống tái sinh tại Tây Tạng.

DẪN NHẬP

Kagyu (Ca-nhĩ-cư) là một trong các tông phái lớn tại Tây Tạng. Theo sự phát triển về giáo pháp và phương thức tu tập, phái này đã phân chia thành nhiều dòng phái nhỏ hơn. Có ít nhất bốn dòng phái được phát sinh từ phái này là Karma Kagyu, Tsalpa Kagyu, Baram Kagyu và Phagmo Drukpa Kagyu. Ngoài ra còn có dòng Shangpa Kagyu được thành lập vào khoảng thế kỷ 14, tuy có một hệ thống giáo pháp riêng biệt nhưng cũng có quan hệ rất chặt chẽ với phái Kagyu.

Karma Kagyu (Cát-mã Ca-nhĩ-cư) là một trong các dòng kể trên của phái Kagyu, với sự truyền thừa liên tục qua sự tái sinh của vị đứng đầu dòng phái kể từ đầu thế kỷ 12 cho đến nay. Trong dòng phái này, không chỉ có sự tái sinh của các vị Karmapa (Cát-mã-ba) đứng đầu dòng phái, mà còn có cả sự tái sinh của các vị Shamar, Situ và Gyalashab là những người luôn tiếp nối làm đệ tử nối pháp của đức Karmapa.

Những câu chuyện về các vị đại sư tái sinh thuộc dòng Karma Kagyu mà chúng ta sẽ tìm hiểu trong phần sau đây sẽ là một sự minh họa sống động cho truyền thống tái sinh mà không ai có thể phủ nhận được. Trải qua quãng thời gian dài hơn 8 thế kỷ, các vị vẫn kiên trì thực hiện tâm nguyện độ sinh của mình qua các hình thức tái sinh không gián đoạn. Những gì được ghi lại nơi đây về cuộc đời của các vị đại sư tái sinh - hay phải nói chính xác hơn là những lần tái sinh của chỉ một hóa thân Bồ Tát, vì hiện nay vị Karmapa đời thứ 17 vẫn đang còn sống - hoàn toàn là những sự kiện khách quan, đúng thật như chúng đã từng xảy ra.

Nếu như có những ý nghĩa về giáo pháp hay niềm tin tỏa sáng từ chính những sự kiện này khi chúng được kể lại, thì đó cũng chính là công đức vô lượng của hạnh nguyện Bồ Tát mà bậc đạo sư đã nêu cao bằng sự dấn thân không mệt mỏi của chính mình.

CÁC VỊ ĐẠI SƯ TÁI SINH
DÒNG KAGYU

Đại sư thứ nhất:

DÜSUM KHYENPA (1110-1193)

Đại sư Düsum Khyenpa sinh vào năm Kim Dần, tức năm 1110 theo Tây lịch, trong một gia đình Phật tử thuần thành tại Teshö, thuộc miền đông Tây Tạng. Lúc nhỏ, ngài được đặt tên là Gephel. Cha ngài là một người uyên bác về Phật học nên cũng trở thành vị thầy dạy đầu tiên của ngài. Ngay từ những năm thiếu thời, ngài đã nổi tiếng là một đứa trẻ thông minh học rộng, và còn hơn thế nữa, ngài đã sớm chuyên tâm thực hành giáo pháp một cách tinh tấn. Không tự hài lòng với những gì đã đạt được, ngài tiếp tục tìm đến tham học với nhiều bậc thầy nổi tiếng ở khắp nơi.

Năm lên 12 tuổi ngài bắt đầu học *Duy thức học* của *Đại thừa* với đại sư *Jamarwa Chapa* và *Trung quán luận* với ngài *Nyima Drak*. Trong thời gian này, ngài vào chùa sống với chư tăng để tập sự làm một người xuất gia. Năm 20 tuổi, ngài đến miền trung Tây Tạng và thọ giới *cụ túc* với ngài *Mal Duldzin* để chính thức xuất gia trở thành một vị *tỳ-kheo*. Ngài dành trọn 12 năm sau đó để nghiên cứu sâu xa giáo pháp và thực hành thiền định.

Ngài đã từng theo học với *Chapa Chokyi Senge* (1109-1169), một vị luận sư nổi tiếng đương thời, và ngài *Patsab Lotsawa Nyima Drakpa* (1055-?), người đã dịch rất nhiều kinh điển Đại thừa sang tiếng Tây Tạng.

Năm 30 tuổi, ngài đến *Daklha Gampo* để theo học với ngài *Gampopa*, vị đệ tử chân truyền của ngài *Milarepa*. Mặc dù nhận ra ngay năng lực xuất chúng của ngài, nhưng ngài *Gampopa* vẫn yêu cầu ngài trước hết phải học hỏi và thực hành đầy đủ các bước tu tập theo truyền thống tiệm tu *Khadampa*, nhằm củng cố một nền tảng vững chắc. Tiếp theo đó, ngài cũng phải học tập và nghiên cứu toàn bộ giáo nghĩa kinh điển. Phương thức mà ngài *Gampopa* áp dụng trong việc đào tạo *Düsum Khyenpa* về sau đã trở thành khuôn mẫu cho tất cả những người tu tập theo truyền thống *Karma Kagyu*, nhằm đảm bảo một kiến thức Phật học nền tảng đúng đắn cho vị hành giả trước khi bước vào các giai đoạn tu tập cao siêu hơn, ngay cả khi vị ấy đã thực hành được các pháp môn tối mật của *Kim cương thừa* (*Vajrayāna*).

Sau khi được ngài *Gampora* truyền thụ mật pháp *Vô thượng Du-già Tan-tra* (*Vajrayāna*), ngài chuyên tâm tu tập pháp thiền *chỉ quán* trong suốt 4 năm sau đó. Trong 9 tháng đầu tiên, ngài tập trung vào việc thực hành thiền để làm an định tâm ý. Ngài tiếp tục tu tập miên mật trong hơn ba năm sau đó thì cảm nhận được tâm ý sáng suốt rỗng rang như mặt trời rực sáng giữa khoảng không. Khi ấy, ngài *Gampopa* mới bắt đầu truyền thụ cho ngài những mật pháp của dòng *Karma Kagyu*. Chỉ trong 9 ngày, ngài đã tiếp nhận được tất cả những gì mà trước đây ngài *Naropa*, một hành giả vĩ đại, đã phải theo học với ngài *Tilopa* trong suốt 12 năm trời.

Sau đó, một vị đệ tử lớn của ngài *Gampopa* là ngài *Rechungpa* được giao nhiệm vụ truyền thụ sáu pháp Du-già của Naropa cho ngài. Ngài thực hành tiến bộ rất nhanh.

Với lòng từ bi trải khắp nên khi tu tập pháp môn *Nội nhiệt* (*gtum-mo* - tạo ra sức nóng trong thân hành giả), sự tiến bộ cực kỳ nhanh chóng của ngài đã khiến cho mọi người đều phải kinh ngạc.

Sau đó, ngài *Gampopa* truyền dạy cho ngài pháp môn *Đại thủ ấn* (*Mahamudra*) và giáo pháp *Kim cương thừa*, đồng thời cũng khuyên ngài nên đến *Kampo Gangra* ở tỉnh *Kham* để thực hành các pháp này, và dự báo rằng ngài sẽ giác ngộ tại đó.

Ngài đến *Shau Tago* xây dựng một tịnh thất nhỏ gọi là *Drub Zhi Densa* và tu tập pháp môn *Đại thủ ấn*. Trong một lần nhập định, ngài nghe có tiếng nói báo rằng ngài *Gampopa* đã viên tịch. Ngài liền trở lại *Daklha Gampo* để lễ kính thầy. Tại đây, ngài nhìn thấy một linh ảnh: ngài *Gampopa* hiện ra giữa không trung. Nhớ lại lời khuyên trước đây của thầy, ngài liền đến vùng *Kampo Gangra* để tu tập. Tương truyền vị sơn thần *Kampo* đã hiện đến thỉnh cầu ngài đến đó truyền pháp trong một lần nhập định. Nhưng một người huynh đệ đồng môn của ngài là *Phagmo Drupa* đã ngăn cản ngài, viện lẽ rằng nếu ngài đến tỉnh *Kham*, sự truyền pháp rộng rãi sẽ rút ngắn tuổi thọ của ngài. Ngài đã vui vẻ trả lời: "Dù sao tôi cũng phát nguyện sẽ sống đến 84 tuổi để làm lợi lạc cho tất cả chúng sinh."

Năm 50 tuổi, ngài đến tu tập ở *Kampo Nénang*. Tại đây ngài đạt được sự chứng ngộ cao nhất trong các bậc thiền định của pháp môn *Đại thủ ấn*, qua đó không còn có sự phân biệt giữa ngày và đêm, giữa mộng và thực, giữa trạng thái nhập định và trạng thái bình thường. Vào giây phút chứng ngộ này, ngài nhìn thấy linh ảnh các vị *không hành nữ* (*ḍākinī*) hiện ra dâng cúng cho ngài một vương miện kim cương màu đen được dệt bằng tóc của chính họ. Về sau, hình ảnh vương miện màu đen này luôn xuất hiện trên đầu các vị hóa thân *Karmapa* để biểu thị sự chứng ngộ của các ngài.

Sau khi đạt đến trạng thái thiền định cao siêu nhất, ngài đã hóa hiện đến Tích Lan để được vị thánh *Mật thừa* là *Vajraghanta* truyền pháp *Cakrasamvara*. Ngài cũng hóa hiện lên cung trời *Đâu-suất* để được Bồ Tát *Di-lặc* truyền dạy về các hạnh nguyện của hàng Bồ Tát.

Ngài lưu lại *Kampo Nénang* hơn 18 năm sau đó. Năm 55 tuổi (1164), ngài xây dựng tại đây một tu viện. Năm năm sau (1169), ngài tiếp tục xây dựng tu viện *Panphuk* ở *Lithang*, thuộc miền đông Tây Tạng.

Đức độ của ngài được mọi người cảm mến và danh tiếng ngài truyền ra khắp nơi. Người đương thời gọi ngài là *Bậc đạo sư biết rõ sự việc trong ba đời*. Thật ra, tên của ngài là *Düsum Khyenpa* trong tiếng Tây Tạng vốn đã có ý nghĩa là *"người biết rõ được quá khứ, hiện tại và tương lai"*. Điều này rõ ràng đã báo trước ngay từ khi ngài sinh ra về khả năng chứng ngộ của ngài, vốn siêu việt cả thời gian vô tận và thấu suốt hết thảy mọi việc.

Khi vị pháp sư người *Kashmir* là *Sakyasri* đến Tây Tạng, vị này đã gọi ngài bằng tên gọi *Karmapa*, có nghĩa là *"người thực hiện Phật sự"* hay *"hóa thân hoạt dụng của chư Phật"*. Vị này nói rằng, sự ra đời của *Düsum Khyenpa* đã được đức Phật *Thích-ca* dự báo trong kinh *Tam-muội Vương* (***Samādhirāja-sūtra***). Đức *Lạt-ma Zhang* cũng xác nhận điều này. Cả hai vị đều nói rằng *Düsum Khyenpa* chính là hiện thân cho tâm từ bi tỉnh giác của đức Quán Thế Âm. Danh xưng *Karmapa* từ đó đã được dùng để gọi các hóa thân tái sinh của ngài về sau.

Năm 1183, ngài *Düsum Khyenpa* đến vùng *Drelong* thuộc tỉnh *Kham*. Tại đây đang có nhiều sự tranh chấp, ngài sử dụng trí tuệ và tâm từ bi để xóa tan mọi sự tranh chấp, thù hẳn, mang lại sự bình yên cho đời sống của người dân. Cũng tại đây, ngài sử dụng năng lực siêu nhiên để chữa khỏi bệnh tật cho rất nhiều người, kể cả những kẻ mù lòa và bại liệt. Vào năm 1185, ngài xây dựng một trung tâm tu học quan trọng ở *Karma Gön*, thuộc miền đông Tây Tạng. Chính tại nơi đây ngài gặp được *Drogon Rechen*, người đệ tử về sau sẽ kế thừa dòng pháp của ngài.

Về cuối đời, ngài trở lại *Daklha Gampo*, nơi trước đây ngài đã được thọ giáo với ngài *Gampopa*. Tại đây, ngài đi khắp các chùa để cúng dường, sửa sang nhiều công trình xây dựng và truyền dạy giáo pháp cho chúng tăng. Năm 80 tuổi (1189), ngài vẫn còn tiếp tục làm việc không mệt mỏi để xây dựng một trung tâm tu học quan trọng nhất ở *Tsurphu*, trong vùng thung lũng *Tolung* thuộc miền trung Tây Tạng. Nơi đây về sau trở thành trú xứ của tất cả các vị *Karmapa* cho đến năm 1959, khi vị *Karmapa* thứ 16 cùng các đệ tử rời khỏi Tây Tạng.

Khoảng 3 tháng trước khi ngài viên tịch, bầu trời tự nhiên xuất hiện những móng cầu vồng kỳ lạ, mặt đất rung nhẹ và người ta nghe có tiếng động ầm ì trong lòng đất. Vào ngày đầu tiên của năm Thủy Sửu, tức năm 1194 theo Tây lịch, ngài gọi người đệ tử chính là *Drogon Rechen* đến giao phó việc điều hành tự viện *Tsurphu* và bảo quản các kinh điển, thánh tích. Ngài cũng chia đều tất cả mọi vật dụng sở hữu của mình cho tăng chúng.

Sau đó, *Karmapa Düsum Khyenpa* để lại cho *Drogon Rechen* một di thư, trong đó nói rõ những hoàn cảnh mà ngài sẽ tái sinh để trở thành vị *Karmapa* tiếp theo.

Vào buổi sáng ngày mồng 3 năm Thủy Sửu, *Karmapa Düsum Khyenpa* giảng dạy cho các đệ tử của ngài bài pháp cuối cùng. Sau đó, ngài ngồi yên lặng lẽ nhìn chăm chú lên bầu trời và nhập định. Trong tư thế ngồi an tĩnh bất động như vậy, ngài viên tịch trước lúc giữa trưa, nhưng không ai có thể biết được chính xác là vào giờ phút nào.

Tang lễ được tổ chức kéo dài trong một tuần sau đó, và nhiều người đã nhìn thấy những hiện tượng lạ. Một số người nhìn thấy ngài hiện ra trong đám khói bốc lên từ giàn hoả táng; một số khác nhìn thấy nhiều mặt trời hiện ra và có các vị *không hành nam* (*ḍāka*), *không hành nữ* (*ḍākinī*) cùng nhau nhảy múa giữa các mặt trời ấy.

Sau khi hoàn tất lễ hỏa táng, nhục thân của ngài còn lưu lại trái tim và một phần lưỡi. Điều này được xem là biểu thị cho tâm lực từ bi và tính chân thật của những lời dạy của ngài. Ngoài ra, các đệ tử ngài cũng thu nhặt được rất nhiều hạt *xá-lợi* và một số mẩu xương có hình tượng Phật. Các vị đệ tử đã xây dựng một ngôi tháp để thờ phụng tất cả, phỏng theo hình dáng và kích thước của tháp *Dhanyakataka* ở miền nam Ấn Độ, nơi đức Phật *Thích-ca* đã từng giáo hóa.

Đức *Karmapa Düsum Khyenpa* có nhiều đệ tử thấm nhuần giáo pháp của ngài. Người trực tiếp kế thừa công việc giáo huấn của ngài là *Drogon Rechen* (1148-1218). Trước khi vị *Karmapa* thứ hai kịp trưởng thành, *Drogon Rechen* đã truyền lại cho *Pomdrakpa* (1170 - 1249). Sau đó, chính vị này đã chuyển giao vị trí lãnh đạo tông phái lại cho vị *Karmapa* đời thứ hai.

Drogon Rechen là một đệ tử kiệt xuất của *Karmapa Düsum Khyenpa*. Ông sinh ra ở vùng *Yarlung* thuộc tỉnh *Tsang*, miền trung Tây Tạng. Ngay từ khi còn là một đứa trẻ, ông đã chứng tỏ khả năng phi thường trong việc tiếp thu các phần giáo lý *Đại thừa* cũng như *Tiểu thừa*. Năm lên 9 tuổi, *Drogon Rechen* tìm đến một bậc đạo sư thuộc dòng *Karma Kagyu* là *Zangri Repa* và được vị này truyền dạy giáo pháp. Ông tu tập rất tinh tấn, có khả năng thực hành thiền định ngay giữa trời rét buốt nhưng chỉ khoác trên người một tấm áo hết sức mỏng manh. *Drogon Rechen* đã đạt được nhiều thành quả tu tập quan trọng ngay cả trước khi được gặp đức *Karmapa Düsum Khyenpa*.

Năm ông được 15 tuổi thì đạo sư *Zangri Repa* viên tịch. Trước khi viên tịch, ngài khuyên *Drogon Rechen* nên tinh tấn tìm học với các vị đệ tử chân truyền của thuộc hệ phái của ngài *Milarepa*. Sau đó, ông đã tìm học với nhiều bậc thầy khác nhau thuộc cả hai dòng phái *Karma Kagyu* và *Đại cứu cánh* (*Dzogchen*). Mặc dù đạt được nhiều kết quả quan trọng cũng như phát triển khả năng thiền định rất sâu, nhưng ông vẫn không hoàn toàn cảm thấy hài lòng với kết quả tu tập của mình. Vì thế, ông quyết định ra đi để tìm kiếm một điều kiện tu tập tiến xa hơn. Ông khởi sự đi đến tỉnh *Kham* thuộc miền đông Tây Tạng, băng qua vùng *Kongpo*. Trên đường đi, ông gặp được nhiều bậc thầy truyền dạy các phần giáo pháp khác nhau như ngài *Thöpa Samdrup* với tất cả tinh yếu của *Đoạn giáo* (*Chöd*); ngài *Ngaripa* với các phần giáo pháp *Kim cương thủ* (*Vajrapāṇi*) và *Kim cương Tát-đỏa* (*Vajrasattva*); ngài *Nyalpa Josey* với các phần giáo pháp *Diệu cát tường* (*Mañjuśrī*) và *Đại hắc* (*Mahākāla*). Ông thành lập nhiều trung tâm tu học theo truyền thống *Tantra* và những nơi này về sau đào tạo được rất nhiều tăng sĩ.

Vào thời điểm này, *Drogon Rechen* được nhiều người kính trọng vì có trí tuệ uyên bác và khả năng thiền định sâu xa. Do đó, tự sâu thẳm trong lòng ông dần dần khởi lên một sự kiêu mạn. Khi nghe danh tiếng của vị *Karmapa Düsum Khyenpa* lúc đó đang ở *Kampo Nénang*, ông liền quyết định tìm đến để ra mắt. Khi ra đi, trong lòng ông chỉ có ý định sẽ lễ bái vị đạo sư chứ không hề nghĩ sẽ cầu học với vị này. Nhưng ngay khi vừa gặp nhau, *Karmapa Düsum Khyenpa* liền bảo *Drogon Rechen* rằng: "Này hành giả *Tantra* trẻ tuổi, ngươi có thể đến đây theo học với các đệ tử của ta." Câu nói này chạm ngay vào lòng kiêu mạn *Drogon Rechen*, ông liền hỏi lại: "Đệ tử của ngài là những ai?" Vị *Karmapa* trả lời: "Ngươi có thể học với *Deuchung Sangye*, *Baltsa Takdelwa*, hoặc với rất nhiều người khác nữa."

Drogon Rechen ngay lập tức đến gặp *Deuchung Sangye*. Vị này lại đề nghị ông đến gặp *Baltsa Takdelwa*. Theo lời chỉ dẫn của *Deuchung Sangye*, ông tìm đến một hang động nơi *Baltsa Takdelwa* đang nhập định. Vừa đến nơi, ông nhìn thấy một con cọp rất lớn đang nằm ngủ gần cửa hang. Quá khiếp sợ, ông bỏ chạy về và kể lại cho *Deuchung* nghe. Vị này bình thản bảo ông hãy trở lại hang động. Lần này, ông nhìn thấy một vũng nước nhỏ trong hang. Ông đi quanh vũng nước, nhặt mấy viên sỏi ném xuống nước rồi bỏ đi. Nhưng *Deuchung* một lần nữa đề nghị ông hãy trở lại hang. Lần này, ông lại nhìn thấy một vị sư già đang nhập định. Ông cũng nhìn thấy những viên sỏi mà khi nãy ông ném xuống vũng nước giờ đây đang nằm trong lòng bàn tay để ngửa lên của vị sư này.

Ngay khi ấy, *Drogon Rechen* suy nghĩ: "Nếu như các vị đệ tử đã siêu việt thế này thì bậc thầy của họ thật vĩ đại biết bao." Hết sức cảm phục, ông liền xin được ở lại và theo học chuyên cần trong suốt 7 năm sau đó, trở thành vị đệ tử giỏi nhất của *Karmapa Düsum Khyenpa*.

Drogon Rechen chính thức xuất gia năm 37 tuổi và được thầy đặt tên là *Sönam Drakpa*. Khi đức *Karmapa Düsum Khyenpa* hoằng hóa ở miền trung Tây Tạng, ông vẫn ở lại tỉnh *Kham* để thay thầy điều hành tự viện. Sau khi đức *Karmapa* thứ nhất viên tịch, ông được giao trọng trách thay ngài điều hành mọi công việc.

Drogon Rechen viên tịch vào năm 70 tuổi. Đệ tử lớn nhất của ông là *Pomdrakpa Sönam Dorje* kế tục trong việc duy trì tông phái.

DÜSUM KHYENPA (1110-1193)

Pomdrakpa sinh năm 1170 tại *Dri Dampa Chöchuk* thuộc miền trung Tây Tạng. Lên 5 tuổi ông đã bắt đầu được học giáo pháp, và đến năm 9 tuổi thì được ngài *Nyen Lhakhang Gangpo* truyền dạy giáo pháp *Tan-tra Mẫu*. Năm 14 tuổi, ông được nghe biết danh tiếng của *Drogon Rechen*. Ngay lần đầu tiên nghe đến tên vị thầy này, ông liền nhìn thấy một linh ảnh trong khi nhập định, có những vị *không hành nữ* mặc áo đỏ hiện ra báo cho ông biết rằng *Drogon Rechen* chính là vị thầy của ông. Ngay sau đó, ông liền tìm đến *Drogon Rechen* và được vị này nhận làm đệ tử. Sau khi thọ giới xuất gia, ông được ban pháp hiệu là **Sönam Dorje**. Kể từ đó, ông chuyên cần theo học với *Drogon Rechen* và được vị này hết lòng truyền dạy. Ông thực hành việc tu tập hết sức chuyên cần và tinh tấn trong suốt nhiều năm. Trong nhiều lần nhập định, ông được thấy các linh ảnh khác nhau của các vị hộ thần. Có lần ông được nhìn thấy Tổ sư *Karmapa Düsum Khyenpa* và được vị này chỉ dạy cho nhiều điều quan trọng trong việc tu tập. Về sau, ông được *Drogon Rechen* chọn làm người kế thừa công việc giáo hóa.

Sau khi *Drogon Rechen* viên tịch, việc giáo hóa đồ chúng của *Pomdrakpa* ngày càng phát triển mạnh mẽ. Ông cũng là người thực hiện công việc vô cùng quan trọng là nhận ra vị *Karmapa* tái sinh đời thứ hai và sau đó giao lại quyền lãnh đạo tông phái cho vị này. *Pomdrakpa* viên tịch vào năm 1249 khi ông được 79 tuổi.

Một số các vị đệ tử khác của *Karmapa Düsum Khyenpa* đã sáng lập ra những chi phái nhỏ như: *Tak-lungpa* sáng lập chi phái *Ta-lung Karma Kagyu*, *Tsangpa Gyare* sáng lập chi phái *Drukpa Karma Kagyu*, và *Lama Khadampa Deshek* sáng lập chi phái *Katok Nyingma*.

Vị *Karmapa* thứ nhất **Düsum Khyenpa** có vai trò hết sức quan trọng trong dòng *Karma Kagyu*. Không chỉ là người sáng lập tông phái, ngài còn là người đầu tiên phát đại nguyện tái sinh để tiếp tục công việc giáo hóa chúng sinh. Di thư của ngài cho thấy rõ việc tái sinh làm vị *Karmapa* thứ hai là hoàn toàn do nơi đại nguyện của ngài mà không phải do nghiệp lực dẫn dắt như các chúng sinh khác. Truyền thống tái sinh của Phật giáo Tây Tạng nói chung và của dòng *Karma Kagyu* nói riêng được khởi đầu chính từ đại nguyện của ngài.

Đại sư thứ hai:

KARMA PAKSHI (1206-1283)

Đại sư *Karma Pakshi* sinh năm 1206 tại *Kyil-le Tsakto* thuộc miền đông Tây Tạng, trong một gia đình mà cha mẹ đều là các vị hành giả *Du-già* đáng kính. Ngài được đặt tên là *Chözin*.

Ngay từ thuở nhỏ, ngài đã biểu lộ những phẩm chất của một thiên tài. Chưa được 10 tuổi, ngài đã tinh thông giáo nghĩa kinh điển và thực hành thiền định đến những mức độ rất sâu xa.

Với lòng mong muốn được học hỏi tiến xa hơn, ngài lên đường tìm đến miền trung Tây Tạng. Trên đường đi, ngài tình cờ được gặp *Pomdrakpa*, đệ tử chân truyền của *Drogon Rechen*, người đã nhận được giáo pháp của dòng *Karma Kagyu* từ đức *Karmapa Düsum Khyenpa*.

Ngay trong lần gặp gỡ đầu tiên, *Pomdrakpa* đã nhìn thấy một số linh ảnh và thông qua đó ông nhận ra ngay chính cậu bé này là hóa thân của đức *Karmapa Düsum Khyenpa* tái sinh, đúng như sự mô tả trong bức thư do ngài để lại cho *Drogon Rechen*.

Pomdrakpa kiểm tra lại bằng cách mang toàn bộ giáo pháp mà mình đã học được ra thảo luận với cậu bé *Chözin*. Điều kỳ diệu đã xảy ra. *Chözin* chứng tỏ một sự uyên bác vượt bực và tinh thông hết thảy các phần giáo pháp. Em chỉ cần đọc qua một bản kinh văn duy nhất một lần là có thể trình bày ngay cả những phần giáo nghĩa sâu thẳm nhất trong đó.

Mặc dù vậy, *Pomdrakpa* vẫn yêu cầu cậu học trò nhỏ bắt đầu việc học tập giáo pháp một cách chính thức và nghiêm túc. Truyền thống này về sau được áp dụng đối với tất cả các vị *Karmapa* tái sinh. Mặc dù một vị *Karmapa* tái sinh luôn chứng tỏ những tri thức sẵn có từ tiền kiếp, nhưng người đứng đầu tông phái vẫn phải chính thức trao truyền lại cho vị ấy mọi truyền thống của tông phái mình.

Vị *Karmapa* đời thứ hai này đã dành trọn gần nửa cuộc đời cho việc thực hành thiền định. Ngài cũng viếng thăm và khôi phục hoạt động của các trung tâm tu học, tự viện mà trước đây vị *Karmapa* thứ nhất đã thành lập. Một số trong các tu viện ấy đã hoang phế hoặc đổ nát. Ngài tổ chức việc xây dựng hoặc sửa chữa lại tất cả, cũng như làm sống dậy truyền thống tu tập ở từng nơi. Tương truyền là ngài đã phải vay mượn rất nhiều tiền bạc để trang trải cho những khoản chi phí xây dựng. Nhưng khi ngài du hành ngang qua hồ *Namtso* ở vùng *Tsang*, ngài đã tìm được một kho châu báu đủ để trả hết các món nợ đã vay.

Ngài trở nên nổi tiếng khắp nước qua việc hướng dẫn người dân Tây Tạng thực hành trì tụng câu chân ngôn *Án ma ni bát di hồng* (*Om mani padme hum*) như một phương tiện kỳ diệu để làm sinh khởi tâm đại bi. Theo lời dạy của ngài, câu chân ngôn này đã được xưng tụng tập thể ở hầu hết các tu viện, và từ đó về sau trở thành một phần quan trọng trong sự tu tập của tất cả mọi người dân Tây Tạng.

Danh tiếng về sự tu tập và giáo hóa của ngài ngày càng vang xa, đến tận đất nước Trung Hoa. Vào năm 1251, hoàng tử Mông Cổ lúc bấy giờ là *Hốt Tất Liệt* (*Khubilai*, 1215-1294), cháu nội của *Thành Cát Tư Hãn* (*Chinggis Khan*, 1167-1227), đã gửi lời thỉnh cầu ngài đến thăm viếng triều đình Mông Cổ. Trong nhiều lần nhập định, ngài đã nhìn thấy những linh ảnh cho biết trước về ảnh hưởng của lần thăm viếng này đối với tiền đồ của phái *Karma Kagyu* nên ngài vui vẻ nhận lời.

Chuyến đi mất khoảng 3 năm. Vào năm 1254, ngài được đón chào một cách long trọng trên đường đến thăm triều đình *Mông Cổ*. *Hốt Tất Liệt* vui mừng đón tiếp ngài với sự cung kính và tôn trọng. Tuy nhiên, ông tỏ ý muốn ngài biểu hiện năng lực tâm linh để các vị thầy của những tôn giáo khác được nhìn thấy. Ngài chấp nhận lời đề nghị này. Các nhà chép sử Trung Hoa và Tây Tạng cùng với một số người châu Âu có mặt vào thời điểm đó đều kể lại về việc rằng ngài đã thực hiện nhiều phép mầu kỳ diệu ngay giữa triều đình. Điều này khiến cho tất cả mọi người đều kính phục và nhận ra sự siêu việt của ngài. Tuy nhiên, điều quan trọng hơn nữa là ngài đã thành công trong việc hòa giải rất nhiều mối bất đồng trong hoàng tộc vào lúc đó. Mặc dù vậy, ngài đã từ chối lời mời của *Hốt Tất Liệt* khi ông này muốn ngài lưu lại triều đình *Mông Cổ*. Điều này làm *Hốt Tất Liệt* cảm thấy bị xúc phạm và không hài lòng.

Trong những năm sau đó, ngài vân du khắp nhiều nơi trên đất nước Trung Hoa, Mông Cổ, cũng như nhiều vùng của Tây Tạng và trở thành bậc đạo sư lỗi lạc được tất cả mọi người biết đến. Ngài đặc biệt được *Mangu*, anh trai của *Hốt Tất Liệt*, hết sức kính trọng. Vào lúc đó, *Mangu* đã trở thành vị *Đại Hãn* (Khan) cai trị Mông Cổ và phần lớn lãnh thổ Trung Hoa. *Mangu* thỉnh cầu ngài đến thuyết giáo tại triều đình và được ngài nhận lời.

Theo lời dạy của ngài, *Đại Hãn Mangu* đã đón mừng việc ngài đến thuyết giảng tại triều đình Mông Cổ bằng một lệnh đại xá cho các phạm nhân. Sau đó, ngài tổ chức các buổi lễ truyền pháp và giảng dạy giáo lý cho rất nhiều người. Vào thời điểm này, ngài nhận ra rằng *Mangu* vốn đã từng theo học với *Karmapa Düsum Khyenpa* trong tiền kiếp và khi ấy cũng đã được thành tựu pháp môn *Đại thủ ấn*.

Mangu trở thành một Phật tử hết sức nhiệt thành ủng hộ đạo pháp. Ông tổ chức những buổi tranh luận chính thức giữa các bậc thầy ngoại đạo với đức *Karmapa Karma Pakshi* để qua đó ngài khuất phục tất cả và xiển dương Chánh pháp. Nhờ sự chỉ dạy của ngài, *Mangu* tiếp tục thực hành công phu tu tập và đạt được nhiều kết quả phi thường. Ông không còn cảm thấy đắm say trong quyền lực chính trị, mà thay vào đó luôn cố gắng thực hiện nhiều điều mang lại sự an vui lợi lạc cho dân chúng.

Sự giáo hóa của ngài không chỉ giới hạn trong triều đình *Mông Cổ* mà còn lan rộng ra khắp nơi. Ngài đã khuyên dạy được đa số dân chúng biết ăn chay và thực hành pháp *Thập thiện* (Mười điều lành). Với sự can thiệp của ngài, đã có rất nhiều tù nhân được ân xá hoặc tha bổng.

Mặc dù được *Đại Hãn Mangu* hết lòng kính trọng, ngài không hề lợi dụng điều đó để phát triển tông phái của mình, mà luôn khuyên vị lãnh tụ này dành mọi cơ hội phát triển đồng đều cho các tông phái khác nhau của đạo Phật. Sau khi nhận lời mời của vị *Đại Hãn* đi du hóa ở nhiều nơi trên đất nước Mông Cổ, ngài từ biệt để trở về Tây Tạng.

Trong thời gian ngài trên đường trở về Tây Tạng thì *Đại Hãn Mangu* qua đời vào năm 1260 và *Hốt Tất Liệt* trở thành người kế vị. Ông này nhanh chóng nắm giữ quyền lực rộng lớn, trải dài đến tận các vùng xa xôi của Miến Điện, Triều Tiên và Tây Tạng. Nhớ lại sự bất mãn trước đây khi ngài đã từ chối lời mời ở lại triều đình của ông nhưng sau đó lại chấp nhận lời thỉnh cầu của *Đại Hãn Mangu*, *Hốt Tất Liệt* cho rằng ngài đã cố ý khinh thường ông ta. Vì thế, vị Đại Hãn mới lên ngôi lập tức ra lệnh truy bắt ngài.

Mặc dù vậy, nhiều toán quân lính được phái đi đều thất bại trong việc bắt giữ ngài. Hốt Tất Liệt nổi giận đã ra lệnh bắn chết ngài tại chỗ, không cần bắt về. Tuy vậy, không một đội quân nào của ông có thể thực hiện được việc đó. Có một lần, ngài bình thản ngồi trì chú trong khi đội quân 37.000 người ồ ạt kéo đến vây chặt quanh ngài. Thế rồi, tất cả bọn họ đều bị đông cứng lại như trong một cơn giá rét cực kỳ. Và khi cơn rét buốt qua đi, tất cả đều khiếp sợ bỏ chạy thay vì là bắt lấy ngài.

Tuy nhiên, cuối cùng ngài cũng quyết định để cho một toán quân của *Hốt Tất Liệt* bắt về, vì biết rằng tâm từ bi của ngài đủ sức để cảm hóa vị *Đại Hãn* này. Quả nhiên, cảm phục trước tấm lòng đại bi và sự bình thản của ngài ngay cả khi phải đối diện với sự thù nghịch và nguy hại, *Hốt Tất Liệt* bày tỏ sự hối tiếc về hành động đã qua và khẩn cầu được ngài chỉ dạy đạo pháp.

Sau đó, ngài trở về *Tsurphu* để thực hiện việc xây dựng một pho tượng đức Phật *Thích-ca* rất lớn, theo những linh ảnh mà ngài đã nhìn thấy trong suốt một thời gian dài vào những lần nhập định. Tượng Phật này cao đến gần 17 mét. Khi công việc xây dựng hoàn tất, người ta mới phát hiện tượng Phật bị nghiêng sang một bên. Ngài liền nhập định trong tư thế ngồi hơi nghiêng sang một bên giống như tượng Phật. Sau đó, ngài từ từ chuyển mình ngồi thẳng lên. Kỳ diệu thay, khi ấy tượng Phật cũng được chuyển sang tư thế ngay thẳng, không còn nghiêng sang một bên nữa.

Không chỉ là một bậc đạo sư có công nghiệp hoằng hóa sâu rộng khắp nơi, ngài còn là một học giả vĩ đại. Các nhà sử học ghi nhận rằng ngài đã biên soạn hàng trăm bộ luận, đã từng được lưu giữ trong thư viện của một tu viện ở *Tsurphu* thuộc miền trung Tây Tạng. Sự nghiệp giáo hóa của ngài đã để lại rất nhiều ảnh hưởng trong dân chúng Tây Tạng cũng như Mông Cổ và Trung Hoa.

Trước khi viên tịch vào năm 1283, ngài gọi vị đệ tử lớn nhất là *Orgyenpa* đến và dạy rằng ngài sẽ tái sinh ở miền tây Tây Tạng. Ngài cũng giao phó cho *Orgyenpa* việc đứng đầu tông phái cho đến khi hậu thân tái sinh của ngài xuất hiện.

Orgyenpa là một đệ tử xuất sắc nhất của vị *Karmapa* thứ hai. Ông sinh vào năm Mộc Dần, tức là năm 1230 theo Tây lịch, tại *Latö*, thuộc miền bắc Tây Tạng, trong một gia đình mà cha mẹ đều là các hành giả tu tập *Tan-tra*.

Từ khi còn rất trẻ tuổi, ông đã tinh thông giáo pháp *Kim cương thừa* và nhiều phần giáo pháp khác do chính cha ông trực tiếp chỉ dạy. Ông có một năng khiếu bẩm sinh ưa thích việc thực hành thiền định, nhưng tự quyết định rằng cần phải học tập và nghiên cứu giáo pháp cho thật tinh thông trước khi thực hành các công phu thiền định sâu xa.

Ông thọ giới *ưu-bà-tắc* (*upāsaka*) với ngài *Götsangpa*. Từ năm 7 tuổi, ông đã say mê việc học tập và nghiên cứu các giáo pháp căn bản. Năm 16 tuổi, ông bắt đầu theo học và nghiên cứu nhiều bản kinh văn sâu sắc như *Thắng pháp luận* (*Abhidharma*), *Trung quán luận* (*Madhyamaka*), *Luật tạng* (*Vinaya*), cùng nhiều bộ môn học thuật tinh vi khác tại một tu viện nổi tiếng ở tỉnh *Tsang*.

Trong suốt thời gian theo học, ông tỏ ra vượt trội so với tất cả các bạn đồng học và tinh thông tất cả các môn học. Ông cũng được ngài *Golungpa Namkha Gyaltsen* truyền thụ và cho phép thực hành sâu sắc pháp môn *Kalachakra Tantra*. Sau đó, ông tiếp tục được ngài *Götsangpa* chỉ dạy để tiến xa hơn.

Sau đó, ông lên đường hành hương đến rất nhiều thánh tích và tự viện ở *Nepal*, Ấn Độ, Trung Hoa, *Pakistan*, *Tsari*, *Kailash*, *Jalandara*, and *Odiyana* để chiêm ngưỡng và cầu học, cũng như thực hành một cách sâu xa các giáo pháp đã học. Ông đạt được những kết quả phi thường trong việc tu tập và trở thành một bậc thầy *Tan-tra* nổi tiếng.

Vào năm 53 tuổi ông mới được gặp đức *Karmapa* thứ hai, *Karma Pakshi*, và ngay lập tức được vị này nhận làm đệ tử, truyền thụ cho toàn bộ giáo pháp của dòng *Karma Kagyu*.

KARMA PAKSHI (1206-1283)

Sau khi được thầy truyền dạy mật pháp, ông đạt được sự chứng ngộ ở mức độ rất cao và từ đó luôn theo hầu hạ bên thầy.

Sự nghiệp giáo hóa lợi sinh của *Orgyenpa* lan rộng nhiều nơi trên khắp nước Tây Tạng. Trong khi chỉ dạy cho các đệ tử, ông thường tập trung chủ yếu vào các phần giáo pháp *Đại thủ ấn* thuộc truyền thống của ngài *Gampopa*.

Ông có rất nhiều đệ tử. Trong số đó, các vị nổi bật hơn cả là *Nyedowa*, **Chöje Kharchuwa,** *Jamyang* **Sönam Öser**. Ngoài ra còn có rất nhiều các vị học giả cũng như hành giả *Du-già* ở cả Tây Tạng và Ấn Độ. Nhưng người đệ tử quan trọng nhất mà sau này ông đã trao lại cương vị đứng đầu phái *Karma Kagyu* chính là *Rangjung Dorje*, hậu thân của đức *Karmapa* đời thứ hai tái sinh.

Ông viên tịch vào năm 1312 sau khi đã hoàn tất trọng trách được thầy giao phó.

Đức *Karmapa* thứ hai sau khi thể hiện một cuộc đời giáo hóa siêu việt đã tiếp tục thực hiện lời đại nguyện từ tiền kiếp bằng cách tái sinh tại miền tây Tây Tạng đúng như lời dự báo, để rồi nhận lại vai trò dẫn dắt tông phái *Karma Kagyu* từ chính người đệ tử trước đây của mình.

Đại sư thứ ba:

RANGJUNG DORJE (1284-1339)

Đại sư *Rangjung Dorje* sinh tại *Dingri Langkor* ở vùng *Tsang* thuộc miền trung Tây Tạng, vào năm Mộc Thân, tức năm 1284 theo Tây lịch, trong một gia đình mà cha mẹ đều là các hành giả *Tan-tra* tu tập theo truyền thống tông *Nyingma* (Ninh-mã).

Năm đại sư lên 3 tuổi, điều kỳ lạ đã xảy ra. Một hôm, trong khi đang chơi đùa với những đứa trẻ khác, ngài bỗng ngồi lại trong tư thế ngay ngắn và dõng dạc tuyên bố rằng mình là một vị *Karmapa*.

Khi lên 5 tuổi, ngài tự ý tìm đến gặp *Orgyenpa*. Trong đêm trước đó, *Orgyenpa* có một giấc mộng báo trước việc này nên đã chuẩn bị sẵn sàng để đón tiếp cậu bé hóa thân này. Ngay khi gặp nhau, *Orgyenpa* nhận ra ngay đây chính là hóa thân tái sinh của thầy mình, nên ông trao cho cậu bé một vương miện kim cương màu đen - biểu tượng của một vị *Karmapa* hóa thân - cùng với tất cả những vật sở hữu trước đây của ngài *Karma Pakshi* mà ông còn giữ lại.

Từ đó, ngài *Rangjung Dorje* được đưa đến nuôi dưỡng và dạy dỗ tại *Tsurphu*. Ngài không chỉ được truyền dạy toàn bộ giáo pháp của dòng *Karma Kagyu* mà còn được học cả những giáo pháp truyền thống của phái *Nyingma* (Ninh-mã).

Vào năm 17 tuổi (1301), ngài được truyền thụ những giáo pháp và nghi lễ cần thiết để chuẩn bị xuất gia. Sau đó, ngài trải qua một thời gian ẩn cư tu tập trên sườn núi *Everest*, rồi chính thức thọ giới cụ túc để trở thành một vị *tỳ-kheo*. Thời gian sau, ngài đến học tập nghiên cứu chuyên sâu ở một trung tâm tu học lớn thuộc dòng *Khadampa*.

Không tự hài lòng với những gì đã học được, ngài tiếp tục tìm đến cầu học với nhiều bậc danh sư và học giả đương thời thuộc nhiều truyền thống khác nhau. Khi hoàn tất quá trình tham học, ngài trở thành vị học giả đầu tiên của Tây Tạng tinh thông hầu như tất cả các học thuyết và kinh điển hiện có tại Tây Tạng vào thời đó. Ngài chứng tỏ một năng lực học tập siêu phàm và một sự khát khao kiến thức chưa từng có về đủ mọi phương diện học thuật.

Trong một lần nhập định vào năm 34 tuổi (1318), ngài nhìn thấy một số linh ảnh và qua đó nhận được sự truyền dạy về giáo pháp *Thời luân* (*Kālacakra*). Sau đó, ngài là người đã cải tổ lại hệ thống thiên văn học của Tây Tạng để trở nên chính xác và hoàn chỉnh hơn. Hệ thống này cho đến nay vẫn còn được sử dụng với tên gọi là hệ thống *Tsur-tsi*, hay còn gọi là hệ thống thiên văn theo truyền thống *Tsurphu*. Hệ thống này được sử dụng làm nền tảng cho việc tính toán lịch pháp ở *Tsurphu*. Ngài cũng nghiên cứu tinh thông nền y học đương thời của Tây Tạng.

Đặc biệt, ngài học tập thông thạo cả giáo pháp truyền thống *Đại cứu cánh* (*Vimalamitra*) của tông *Nyingma* (Ninh-mã). Qua đó, ngài hợp nhất giáo pháp *Đại thủ ấn* (*phyachen*) của dòng *Karma Kagyu* và giáo pháp *Đại cứu cánh* (*dzogchen*) của dòng *Nyingma* để hình thành một chi phái mới là *Karma Nyingtik*.

Sự uyên bác của ngài được tất cả các học giả đương thời thừa nhận và kính phục, bởi ngài đã đạt đến mức tinh thông hầu như tất cả các giáo pháp khác nhau được các bậc thầy khác nhau truyền dạy, cả trong giai đoạn cổ sơ cũng như vào thời kỳ chấn hưng Phật giáo tại Tây Tạng. Ngài cũng nghiên cứu sâu và so sánh tất cả các phần giáo pháp đã học để rút ra những phần tinh túy nhất và biên soạn thành nhiều tác phẩm luận giải cực kỳ quý giá. Nổi tiếng nhất trong số đó là cuốn luận *Nội pháp vi diệu nghĩa* (*zab-mo-nang-don*), trong đó nêu lên những điểm tinh yếu nhất của giáo pháp *Kim cương thừa* (**Vajrayāna**).

Về sau, ngài đi khắp nước Tây Tạng để truyền dạy giáo pháp. Danh tiếng của ngài vang xa đến tận triều đình Trung Hoa. Lúc bấy giờ, Mông Cổ đã chiếm Trung Hoa (kể từ năm 1279) và lập nên nhà Nguyên. Hoàng đế nhà Nguyên khi ấy là Văn Tông sai người sang thỉnh cầu ngài đến Trung Hoa truyền pháp. Nhằm mở rộng sự giáo hóa, ngài chấp nhận lời thỉnh cầu đó và lên đường đến Trung Hoa. Tuy nhiên, trên đường đi ngài nhìn thấy một số linh ảnh và biết là Văn Tông đã băng hà. Khi ngài đến triều đình Trung Hoa vào tháng 10 năm 1332 thì quả thật vua Văn Tông đã mất. Tuy nhiên, triều đình vẫn đón tiếp ngài rất trọng thể, và ngài làm lễ truyền pháp cho một đệ tử ở đó là Thiếp Mộc Nhĩ, người sẽ kế vị ngai vàng. Ngài đã khuyên ông này nên chờ đợi trong 6 tháng trước khi lên ngôi. Khi làm lễ truyền pháp cho ông này, ngài đã dự báo rằng ông sẽ là vị vua cai trị lâu dài nhất so với tất cả các vị vua triều Nguyên. Quả nhiên, sau khi lên ngôi, Thiếp Mộc Nhĩ lấy hiệu là Thuận Đế và trị vì đến 35 năm, lâu nhất trong số các vua triều Nguyên.

Ngài ở lại Trung Hoa trong 2 năm sau đó và thành lập nhiều tự viện, trung tâm tu học. Sau đó, ngài lên đường trở về Tây Tạng.

Về đến Tây Tạng, ngài tiếp tục công việc hoằng hóa khắp nơi và thành lập được rất nhiều tu viện. Sau đó, nhận lời mời của Nguyên Thuận Đế, ngài lên đường sang Trung Hoa một lần nữa.

Chuyến đi này trở thành cuộc hoằng hóa cuối cùng của ngài. Trên suốt chặng đường đi, ngài dừng lại rất nhiều nơi để giảng dạy giáo pháp và tiếp nhận rất nhiều đệ tử. Khi đến Trung Hoa, ngài cũng thành lập tại đây một ngôi chùa lớn, về sau trở thành trụ xứ của phái *Karma Kagyu* tại nước này. Tương truyền ngài đã dùng sức chú nguyện để hóa giải một trận thiên tai dữ dội, giúp nhân dân thoát khỏi nạn đói kém.

Vua Thuận Đế và hoàng hậu hết mực tôn kính ngài như bậc thầy vĩ đại nhất nên thường xuyên đến thăm viếng để được nghe những lời dạy bảo của ngài.

Ngày 14 tháng 6 năm 1339, ngài nói với vua Thuận Đế và hoàng hậu là mình sắp viên tịch. Sau đó, ngài nhập định và viên tịch trong tư thế đại định. Vào đêm hôm đó, tất cả mọi người đều nhìn thấy hình ảnh của ngài hiện ra giữa mặt trăng sáng rõ trên bầu trời trong xanh.

Trước khi viên tịch, đức *Karmapa* đời thứ ba đã giao lại vai trò đứng đầu dòng *Karma Kagyu* cho vị đệ tử lớn của mình là *Gyalwa Yungtönpa*, cùng với trách nhiệm tìm ra và giao lại cương vị này cho hóa thân tái sinh của ngài là vị *Karmapa* đời thứ tư.

Gyalwa Yungtönpa ra đời vào năm Mộc Tỵ (1296), trong một gia đình tu tập theo truyền thống *Tan-tra* của phái *Nyingma* (Ninh-mã), tại *Tsongdu Gurmo* thuộc miền nam Tây Tạng. Ông được cha mẹ đặt tên là *Dorje Bûm*.

Từ thuở nhỏ ông đã bắt đầu theo học đầy đủ các ngành học và chứng tỏ một khả năng xuất chúng trong việc tiếp nhận kinh điển và giáo pháp *Tan-tra*. Phần lớn thời gian học tập của ông là ở *Shalu*. Ông được *Zur Champa Senge* truyền dạy các phần giáo pháp *Du-già* của pháp môn *Đại cứu cánh* (*Dzogchen*). Sau đó ông cũng được *Shangpa Shakbum* truyền dạy các giáo pháp *Yamantaka Abhisheka*. Ông học hỏi và tu tập một cách chuyên cần dưới sự dẫn dắt của nhiều bậc thầy danh tiếng.

Khi còn trẻ, *Gyalwa Yungtönpa* đã cúng dường nhiều khoản tiền lớn cho các tự viện ở *Sakya*, *Trophu*, *Shalu*, và

RANGJUNG DORJE (1284-1339)

Sangphu. Ông đã lập gia đình theo ý muốn của mẹ ông, nhưng ngay khi đứa con đầu tiên vừa chào đời, ông đã xin phép được xuất gia. Yêu cầu của ông được gia đình chấp nhận, và ông trở thành một vị tỳ-kheo với pháp hiệu là *Dorje Pal*.

Sau đó, ông gặp được đức *Karmapa* đời thứ ba là *Rangjung Dorje* và được ngài nhận làm đệ tử, truyền thụ cho toàn bộ giáo pháp truyền thống của dòng *Karma Kagyu*. Không bao lâu sau đó, ông đã đạt được sự chứng ngộ sâu xa. Ông tiếp tục tu tập tại Tây Tạng cũng như ở các vùng *Paro* và *Bhutan* trong nhiều năm sau đó.

Ông đã biên soạn nhiều bản luận văn trình bày những nhận thức mới về tánh Phật trong kinh điển và các *Tan-tra*. Điều này đã gây ấn tượng mạnh mẽ đối với các học giả đương thời. Nhiều luận sư đã cùng ông tranh biện và bị ông khuất phục, chẳng hạn như luận sư *Yakde Panchen*, sau đó đã trở thành đệ tử của ông.

Ông bộc lộ những phẩm chất của một bậc ẩn sĩ Du-già và tấm lòng vị tha quảng đại lợi ích cho muôn loài. Ông viên tịch vào năm Mộc Tỵ (1376) khi được 82 tuổi, sau khi đã hoàn tất nhiệm vụ được đức *Karmapa* đời thứ ba giao phó. Đó là tìm ra và giao lại vai trò dẫn dắt tông phái cho hóa thân tái sinh của ngài: đức *Karmapa* đời thứ tư *Rolpe Dorje*. Có nhiều hiện tượng mầu nhiệm cho thấy sự chứng ngộ của ông đã xảy ra ngay trong ngày ông viên tịch.

Đại sư thứ tư:
ROLPE DORJE (1340-1383)

Đại sư *Rolpe Dorje* sinh ngày 8 tháng 3 năm Kim Thìn (1340), tại tỉnh *Kongpo* thuộc miền trung Tây Tạng. Trong khi mang thai ngài, người mẹ thường xuyên nghe thấy âm thanh tụng đọc câu chân ngôn "*Án ma ni bát di hồng*" vang lên từ trong bụng, và ngay khi vừa sinh ra ngài đã tụng đọc được câu chân ngôn này. Khi vừa lên 3 tuổi, ngài đã tuyên bố rằng mình là một vị *Karmapa* tái sinh.

Những năm tháng tuổi thơ của ngài là một chuỗi dài những điều kỳ diệu. Ngay từ rất sớm, ngài đã chứng tỏ năng lực của một vị *Karmapa* tái sinh qua việc thực hiện những việc phi thường mà không ai có thể ngờ được. Chẳng hạn, ngài có thể cầm lên một quyển kinh sách bất kỳ rồi đọc qua và giảng giải những ý nghĩa sâu xa trong đó; hoặc ngài thường xuyên tiếp nhận những phần giáo lý cao siêu trong giấc mơ của mình.

Từ khi còn ở độ tuổi thiếu niên, ngài đã nhận được sự truyền thừa chính thức của cả dòng *Karma Kagyu* và dòng *Nyingma* (Ninh-mã) từ bậc thầy *Gyalwa Yungtönpa*, vị đại đệ tử của đức *Karmapa* đời thứ ba.

Năm 14 tuổi, ngài thọ giới *sa-di* với *Dondrup Pal Rinpoche* và được ban pháp danh là *Dharmakirti*. Đến năm 18 tuổi, ngài cũng thọ giới cụ túc với vị này để chính thức trở thành một vị *tỳ-kheo*.

Năm ngài được 19 tuổi (1359), vua Thuận Đế nhà Nguyên gửi lời thỉnh cầu ngài đến hoằng hóa tại Trung Hoa. Ngài chấp nhận lời thỉnh cầu đó và lên đường sang Trung Hoa. Đây là một chuyến đi gian khổ và lâu dài, vì ngài quyết định nhân dịp này cũng dừng lại ở rất nhiều nơi để truyền dạy giáo pháp. Khi đến Trung Hoa, ngài ở lại hoằng hóa trong 3 năm và thành lập tại đây rất nhiều chùa chiền, tu viện. Dân chúng nhận được sự giáo hóa của ngài đã mang đến cúng dường rất nhiều tiền bạc và của cải. Ngài sử dụng tất cả những thứ ấy để phân phát cho người nghèo cũng như dành một phần cho việc xây dựng các tu viện.

Trên đường trở về Tây Tạng sau đó, ngài dừng chân ở vùng *Tsongkha* và làm lễ quy y cho một cậu bé rất đặc biệt mà ngài đã nhìn thấy trước sau này sẽ trở thành một nhân vật quan trọng trong Phật giáo Tây Tạng. Cậu bé này chính là *Kunga Nyingpo*, sau này được biết đến với tên gọi *Tông-khách-ba* (*Tsongkhapa*) người sáng lập phái *Cách-lỗ* (*Gelugpa*) hay *Hoàng phái* của Tây Tạng. Đây chính là tông phái sản sinh ra các vị *Đạt-lai Lạt-ma* nổi tiếng của Tây Tạng.

Thuận Đế là vị hoàng đế cuối cùng của triều Nguyên. Khi Chu Nguyên Chương thành công trong việc xua đuổi người Mông Cổ ra khỏi đất Trung Hoa và lập nên nhà Minh (1368), tức Minh Thái Tổ, ông này cũng có lời thỉnh cầu ngài sang truyền pháp. Tuy nhiên, lần này ngài đã cử một vị *Lạt-ma* sang Trung Hoa thay mình.

Đức *Karmapa* đời thứ tư là một nhà thơ và nhà soạn nhạc thiên tài. Trong suốt cuộc đời mình, ngài sáng tác rất nhiều bài ca để ngợi ca và truyền bá giáo pháp, được phổ biến rộng rãi. Ngài cũng để lại nhiều tập thơ mà ngài ngẫu hứng viết ra trong nhiều dịp khác nhau, chẳng hạn như khi ngài chứng ngộ được các phần giáo pháp khác nhau hoặc khi ngài viếng thăm và lễ bái các thánh tích.

Ngài đặc biệt yêu thích thơ ca Ấn Độ. Tuy nhiên, sáng tạo nghệ thuật vĩ đại nhất trong đời ngài là một bức tranh lụa khổng lồ (*thangka*) lấy cảm hứng từ một giấc mơ được một đệ tử của ngài kể lại.

ROLPE DORJE (1340-1383)

Trong giấc mơ, người đệ tử này nhìn thấy hình tượng đức Phật *Thích-ca* với chiều cao hơn trăm mét. Sau khi được nghe mô tả lại, đức *Karmapa* đã chọn một khu đất trống rộng lớn và cưỡi ngựa chạy trên đó, dùng những dấu chân ngựa để vẽ thành bức tranh theo cảm hứng sáng tạo của ngài. Sau đó, người ta dùng một tấm lụa khổng lồ để sao chép bức tranh này lên đó bằng cách đo chính xác khoảng cách giữa những dấu chân ngựa.

Phải mất hơn một năm với sự làm việc cật lực của 500 người thợ để hoàn thành bức tranh. Nó trở thành một tác phẩm nghệ thuật vĩ đại chưa từng có, trên đó miêu tả đức Phật *Thích-ca* cùng với Bồ Tát *Di-lặc* và Bồ Tát *Văn-thù*.

Ngài viên tịch vào tháng 7 năm Thủy Hợi (1383) tại miền đông Tây Tạng. Tro cốt và xá-lợi của ngài sau lễ hỏa táng được đưa đến *Tsurphu* và được thờ phụng tại đó.

Trong số rất nhiều đệ tử của ngài, nổi bật nhất là vị *Shamar Rinpoche* tái sinh, **Khachö Wangpo**. Ngài đã truyền lại cương vị đứng đầu dòng *Karma Kagyu* cho vị này trong thời gian chờ đợi sự tái sinh của ngài theo đại nguyện.

Khachö Wangpo sinh ra ở *Chema-lung* thuộc *Namshung*, miền bắc Tây Tạng, vào năm Kim Dần (1350). Ông được đức *Karmapa* đời thứ tư xác nhận chính là hậu thân tái sinh của vị *Shamar Rinpoche* đời thứ nhất. Vị này sinh năm 1283 và viên tịch năm 1349.

Từ thuở nhỏ, ông đã thường được thấy rất nhiều linh ảnh. Năm lên 7 tuổi, ông được gặp đức *Karmapa* đời thứ tư là *Rolpe Dorje* và được truyền giới *ưu-bà-tắc* cùng với Bồ Tát giới. Đức *Karmapa* cũng truyền dạy cho ông giáo pháp *Kim cương thừa* và giáo pháp *Đại thủ ấn*, cùng với sáu pháp *Du-già* của ngài *Naropa* và mật pháp của dòng *Karma Kagyu*.

Khachö Wangpo cũng nghiên cứu kinh điển và giáo pháp

Tan-tra với rất nhiều bậc thầy danh tiếng của dòng *Karma Kagyu* và dòng *Nyingma* (Ninh-mã).

Đức *Karmapa* đời thứ tư là *Rolpe Dorje* đã xác nhận và tổ chức lễ thụ phong cho ông là vị *Shamar* thứ hai. Khi đức *Karmapa* đời thứ tư viên tịch, ông được giao trách nhiệm tiếp tục điều hành mọi hoạt động của dòng *Karma Kagyu*. Ông cũng được dự kiến sẽ là vị thầy truyền pháp cho đức *Karmapa* đời thứ năm.

Khachö Wangpo là một trong số những bậc thầy đầu tiên đã biên soạn và ghi chép những giáo pháp căn bản để truyền cho đời sau. Ông để lại cả thảy 8 bộ sách lớn.

Ông viên tịch vào năm Mộc Dậu (1405), khi được 55 tuổi. Người ta đã chứng kiến rất nhiều hiện tượng mầu nhiệm xảy ra vào lúc ông viên tịch, cho thấy rõ sự chứng ngộ của ông.

Khachö Wangpo có rất nhiều đệ tử. Nổi bật trong số đó là *Sokwön Rikpe Raldri*, người mà về sau trở thành vị thầy truyền pháp của đức *Karmapa* đời thứ sáu là *Thongwa Dhönden*. Bản thân ông là vị thầy truyền pháp cho đức *Karmapa* đời thứ năm là *Dezhin Shekpa*.

Đại sư thứ năm:
DEZHIN SHEKPA (1384-1415)

Đại sư sinh năm 1384 tại vùng *Nyang Dam* thuộc miền nam Tây Tạng, trong một gia đình mà cha mẹ đều thực hành pháp *Du-già*. Trong thời gian mang thai ngài, người ta thường nghe thấy tiếng tụng đọc các mẫu tự Phạn ngữ (*Sanskrit*) trong bụng người mẹ, cùng với tiếng niệm chú *Om Ah Ham*. Không bao lâu sau khi sinh ra, đứa bé bỗng ngồi thẳng dậy, đưa tay vuốt mặt và dõng dạc nói: "*Ta là một vị Karmapa.*" Và sau đó đứa bé đọc lớn câu thần chú: "*Án ma ni bát di hồng.*" (*Om Mani Padme Hum*)

Khi đứa bé được mang đến *Tsawa Phu* ở *Kongpo*, vị đệ tử của đức *Karmapa* thứ tư, ngài **Khachö Wangpo** ngay lập tức nhận ra đây chính là hóa thân tái sinh của thầy mình là ngài *Rolpe Dorje*. Ông liền trao cho đứa bé chiếc vương miện kim cương màu đen - biểu tượng của một vị *Karmapa* - và tất cả những vật sở hữu của đức *Karmapa* đời thứ tư mà ông còn giữ được. Sau đó, chính ông là người truyền thụ toàn bộ giáo pháp mật truyền của dòng *Karma Kagyu*, và vị *Karmapa* tái sinh này nhanh chóng nắm hiểu tất cả những gì được chỉ dạy.

Vào thời nhà Minh ở Trung Hoa, vua Thái Tổ (Chu Nguyên Chương) có lần cho người sang Tây Tạng thỉnh cầu đức *Karmapa* đời thứ tư sang Trung Hoa truyền pháp, nhưng ngài đã từ chối và cử một vị *Lạt-ma* đi thay. Vào năm 1406, hoàng đế nhà Minh bấy giờ là Minh Thành Tổ nằm mộng thấy đức *Karmapa* hiện ra trong hình dạng của Bồ Tát Quán Thế Âm, vị Bồ Tát của lòng đại bi. Sau đó, ông liền sai sứ sang Tây Tạng thỉnh cầu đức *Karmapa* đời thứ năm sang viếng thăm Trung Hoa.

Năm đó, đức *Karmapa* đời thứ năm được 22 tuổi (1406), ngài quyết định nhận lời thỉnh cầu của hoàng đế nhà Minh và thực hiện một chuyến đi dài 3 năm sang Trung Hoa để truyền pháp. Vua Thành Tổ nhà Minh được tin hết sức vui mừng, tổ chức việc tiếp đón ngài rất trọng thể, với sự quy tụ của 10.000 vị tăng Trung Hoa. Sau đó, vị hoàng đế này tôn ngài làm đạo sư và trở thành một đệ tử hết sức thuần thành.

Tài liệu ở Trung Hoa ghi lại rằng vào dịp này đức *Karmapa* đã đáp lại nhiệt tâm và sự thành tín của hoàng đế bằng cách hiển lộ cho tất cả mọi người đều được thấy nhiều phép mầu vi diệu trong suốt 100 ngày. Hoàng đế đã ra lệnh ghi lại các hiện tượng mầu nhiệm này bằng cách vẽ những bức tranh lụa với lời ghi chép cặn kẽ về từng hiện tượng, chẳng hạn như cầu vồng ngũ sắc, những đám mây lành vây phủ không trung với hình ảnh các vị thánh chúng hiện ra, mưa nhẹ với hương thơm tràn ngập trong không khí, hào quang chiếu sáng từ chỗ ngài cư ngụ, và sau đó là phát ra từ pho tượng Phật trên chánh điện, cùng với vô số những hiện tượng nhiệm mầu và kỳ lạ khác. Một trong những bức tranh lịch sử này hiện vẫn còn được lưu giữ tại *Tsurphu*, Tây Tạng. Hoàng đế đã ngự bút đề thơ trên những bức tranh lụa đó, và những lời ghi chép thể hiện bằng nhiều ngôn ngữ như Trung Hoa, Tây Tạng, Mông Cổ...

Tuy nhiên, hiện tượng mầu nhiệm để lại nhiều ấn tượng nhất đối với Minh Thành Tổ là vào khi kết thúc lễ cúng dường kéo dài nhiều ngày, ông nhìn thấy đức *Karmapa* trong tư thế thiền định với một vương miện kim cương màu đen hiện ra trên đầu ngài. Vương miện này trước đây do các vị *không hành nữ* (*ḍākinī*) dâng cúng cho đức *Karmapa* đời thứ nhất, và từ đó luôn xuất hiện trên đầu các vị *Karmapa* tái sinh như một biểu tượng riêng đặc biệt của các ngài. Tuy nhiên, những người bình thường không ai có thể nhìn thấy được. Khi hoàng đế Minh Thành Tổ nhìn thấy được vương miện kim cương cực kỳ trang nghiêm xinh đẹp này, ông đã vô cùng xúc động. Vì thế, ông ra lệnh tuyển chọn những người thợ kim hoàn khéo léo nhất và quyết định mô phỏng theo hình ảnh đã nhìn thấy để làm ra một vương miện tương tự như thế, được trang điểm bằng vàng ròng và nhiều loại ngọc quý nhất trong thiên hạ. Sau đó, ông dâng cúng vương miện này cho vị đạo sư của mình và đề nghị ngài đội vương miện này trong những buổi lễ truyền pháp cho các đệ tử. Đây chính là khởi đầu của nghi lễ này trong dòng *Karma Kagyu*. Hoàng đế cũng tôn xưng ngài danh hiệu *Đại Bảo Pháp Vương*.

Trong thời gian lưu lại Trung Hoa, đức *Karmapa* đời thứ năm cũng có một cuộc hành hương đến thánh tích *Ngũ Đài Sơn* để lễ bái và thăm viếng các tu viện dòng *Karma Kagyu* đã được các vị *Karmapa* thành lập từ trước kia.

Với lòng tin tưởng nhiệt thành vào đức *Karmapa*, Minh Thành Tổ đã bí mật chuẩn bị xua quân tấn công Tây Tạng để thống nhất tất cả các tông phái ở đó. Ông cho rằng làm như thế sẽ giúp phái *Karma Kagyu* trở thành tông phái duy nhất ở Tây Tạng, vì ông cho rằng chỉ có giáo pháp do vị đạo sư của ông truyền dạy là cao siêu nhất.

Đức *Karmapa* thứ năm biết được tin này liền lập tức đến gặp hoàng đế và chỉ rõ rằng quan điểm của ông là hoàn toàn sai lầm. Ngài nói, chỉ một tông phái duy nhất thì không thể tiếp nhận và dạy dỗ tất cả mọi người, bởi vì bao giờ cũng có nhiều hạng người khác nhau cần đến những sự dạy dỗ, giáo hóa khác nhau. Minh Thành Tổ hiểu ra được vấn đề và quyết định bãi bỏ việc tấn công Tây Tạng. Hơn thế nữa, dưới sự dẫn dắt của đức *Karmapa*, không bao lâu bản thân hoàng đế đã đạt được những sự chứng ngộ nhất định. Vì thế, càng ngày ông càng tin tưởng tuyệt đối vào vị đạo sư của mình.

Năm 1408, đức *Karmapa Dezhin Shegpa* ngài lên đường trở về Tây Tạng. Hoàng đế Minh Thành Tổ hết lòng muốn lưu giữ ngài lại Trung Hoa nhưng ngài vẫn quyết tâm trở về. Tại Tây Tạng, ngài chủ trì việc tu sửa lại tu viện ở *Tsurphu*, lúc đó đã bị đổ nát sau một cơn động đất. Ngài cũng khơi dậy công cuộc truyền bá giáo pháp tại nơi đây bằng cách dành trọn 3 năm nỗ lực tu tập và hành trì tại đó.

Sau đó, ngài báo trước với các đệ tử về sự viên tịch sớm của mình, để lại những lời chỉ dẫn về hậu thân sẽ tái sinh của ngài ở **Ngomtö Shakyam**, gần *Karma Gön* thuộc miền đông Tây Tạng.

Ngài viên tịch vào năm 1415, khi mới vừa 31 tuổi. Sau lễ hỏa táng, các vị đệ tử nhặt được nhiều mẩu xương còn lại có hình tượng của các vị Phật.

Vị đệ tử của ngài được giao lại trọng trách đứng đầu dòng *Karma Kagyu* là *Ratnabhadra*, cũng được tôn xưng là *Rikpe Raltri*, với tên chính thức và đầy đủ là *Sokwön Rinchen Sangpo*, sống vào thế kỷ 15 nhưng không rõ năm sinh và năm mất.

Ratnabadra sinh ra trong gia đình *Soksam-khar Drongbu Goshir* nổi tiếng ở vùng *Soksam*. Ông xuất gia và sống trong tu viện ngay từ khi còn trẻ. Ông đã học tập tất cả những phần giáo lý cao siêu nhất của đạo Phật cũng như các bộ môn triết học, luận lý học và nhiều môn học khác tại *Palden Sangphu*.

Sau đó, ông thực hiện một chuyến đi dài, thăm viếng hầu hết các trung tâm tu học lớn ở Tây Tạng và tham gia những cuộc tranh biện về bốn chủ đề lớn là *Trung quán luận*, *Bát-nhã*, *Kim cương thừa* và *A-tỳ-đạt-ma Câu-xá luận*. Ông trở thành một trong các vị học giả nghiên cứu về kinh điển và *Tan-tra* lớn nhất Tây Tạng. Vì thế, ông được tôn xưng là *Rikpe Raltri*, có nghĩa là: *"lưỡi gươm triết học và lý luận"*.

Ông được đức *Karmapa* đời thứ năm nhận làm đệ tử và truyền thụ toàn bộ giáo pháp của dòng *Karma Kagyu*. Thông qua việc thực hành giáo pháp này, ông đạt đến sự chứng ngộ hoàn toàn về thực tại tối thượng và trở thành một trong các bậc thầy về thiền định lỗi lạc nhất của Tây Tạng.

Ratnabhadra là người đã truyền lại giáo pháp cũng như vai trò lãnh đạo dòng *Karma Kagyu* cho vị *Karmapa* đời thứ sáu là *Thongwa Dhönden*.

Đại sư thứ sáu:

THONGWA DHÖNDEN (1416-1453)

Đại sư Thongwa Dhönden sinh năm 1416 ở Ngomtö Shakyam, gần Karma Gön thuộc miền đông Tây Tạng, trong một gia đình mà cha mẹ đều là những người chuyên cần thực hành pháp môn Du-già. Không lâu sau khi sinh ngài ra, một hôm người mẹ đang dắt ngài đi trên đường thì tình cờ gặp đại sư Ngompa Chadral, một trong số các vị đệ tử của đức Karmapa đời thứ năm. Bấy giờ, cậu bé bỗng có dấu hiệu phấn khích kỳ lạ, khiến người mẹ lấy làm ngạc nhiên phải dừng lại. Đại sư Ngompa Chadral chú ý ngay đến cậu bé và bước đến hỏi: "Tên em là gì?" Cậu bé mỉm cười đáp: "Ta là Karmapa."

Đại sư Ngompa Chadral liền xin phép cha mẹ cậu bé kỳ lạ ấy để được nuôi dưỡng em trong 7 tháng rồi đưa đến Karma Gön.

Cậu bé Thongwa Dönden ngay sau đó đã chứng tỏ khả năng giảng dạy của mình. Vị *Shamar Rinpoche* đời thứ ba là *Chopal Yeshe* đã tìm đến *Karma Gön* trong giai đoạn này để tiến hành nghi lễ công nhận đây là hóa thân tái sinh của vị *Karmapa* đời thứ sáu. Sau đó, *Thongwa Dönden* được học tập kinh điển cũng như nhận sự truyền thừa giáo pháp của dòng *Karma Kagyu* từ các vị *Shamar Chopal Yeshe*, *Jamyang Drakpa*, và *Khenchen Nyephuwa*. Đặc biệt, ngài được nhận truyền thừa toàn bộ giáo pháp mật truyền của dòng *Karma Kagyu* từ *Ratnabhadra*, người đang giữ cương vị đứng đầu tông phái.

Ngay từ những năm tuổi trẻ, *Thongwa Dönden* đã bắt đầu biên soạn nhiều quyển luật nghi quy định lại một cách rõ ràng các nghi thức *Tan-tra* mà trước đó dòng *Karma Kagyu* thường chỉ vay mượn từ các tông phái khác. Các nghi thức này về sau được sử dụng trong truyền thống tu tập của phái *Kamtsang*. Ngài cũng là người đã hợp nhất các dòng *Shangpa Karma Kagyu* và *Shijay*[1] vào với dòng *Karma Kagyu*.

Là một người hoạt động tích cực và năng nổ, ngài đã dành phần lớn công sức vào việc trước tác, biên soạn và giảng thuyết, khôi phục được nhiều trung tâm tu học tại Tây Tạng, xúc tiến việc in ấn kinh sách và củng cố tăng đoàn. Ngài cũng bắt đầu phát triển hệ thống *Shedra* trong dòng *Karma Kagyu*, một hệ thống đào tạo tăng sĩ tương tự như các Phật học cao cấp hiện nay.

Trước khi viên tịch một năm, đức *Karmapa* đời thứ sáu đã báo trước với các đệ tử của mình. Ngài ẩn cư trong một thời gian tại *Kongpo*, thuộc miền nam Tây Tạng. Trong thời gian đó, ngài chính thức giao quyền dẫn dắt tông phái cho vị *Gyaltsab* thứ nhất là *Goshir Paljor Döndrup* trách nhiệm dẫn dắt phái *Karma Kagyu* trong thời gian chờ đợi ngài tái sinh, và để lại một di thư nói rõ nơi ngài sẽ tái sinh.

Đại sư *Thongwa Dönden*, đức *Karmapa* đời thứ sáu của dòng *Karma Kagyu*, đã viên tịch vào năm 1453, khi ngài được 37 tuổi. Sau lễ hỏa táng, các vị đệ tử tìm được rất nhiều *xá-lợi* trong tro cốt của ngài.

Một trong các đệ tử kế thừa giáo pháp của đức *Karmapa* đời thứ sáu là *Pengar Jampal Zangpo*, tác giả tập "**Nghi thức cầu nguyện Đại thủ ấn**" được truyền tụng rộng rãi về sau, và tập "**Lược tụng Kim cương thừa**" được sử dụng trong tất cả các tự viện thuộc dòng *Karma Kagyu*.

Bengar Jampal Zangpo sống vào cuối thế kỷ 15 bước sang đầu thế kỷ 16, nhưng không rõ chính xác năm sinh và năm mất. Ngài sinh ra trong gia đình *Nyemo Dzongpa*, cha mẹ là các vị thành tựu giả ở *Damshang*, có lẽ thuộc miền đông Tây

---

[1] Dòng **Shijay** hay **Chöd**, có nghĩa là "dứt trừ bản ngã", thường được gọi là Đoạn giáo.

THONGWA DHÖNDEN (1416-1453)

Tạng. Ngài bắt đầu việc học tập kinh điển từ rất sớm. Năm 20 tuổi ngài bắt đầu nghiên cứu các kinh điển *Mật tông* và *Kim cương thừa* với ngài *Rongton*. Sau đó, ngài được đức *Karmapa* truyền thụ giáo pháp dòng *Karma Kagyu* cùng với *Sáu pháp thành tựu của ngài Naropa*. Ngài thực hành chuyên nhất các phần giáo pháp này và đạt được sự chứng ngộ cao siêu, trở thành một bậc thầy uyên bác của dòng *Karma Kagyu*.

Ngài *Bengar Jampal Sangpo* là thầy dạy chính của đức *Karmapa* đời thứ bảy. Tuy nhiên, người chính thức truyền thụ toàn bộ giáo pháp của dòng *Karma Kagyu* cùng với quyền dẫn dắt tông phái cho vị *Karmapa* đời thứ bảy là đại sư *Goshir Paljor Dhöndrup*.

Goshir Paljor Dhöndrup sinh năm 1427 tại *Nyemo* thuộc miền trung Tây Tạng. Dưới sự dẫn dắt của đức *Karmapa* đời thứ sáu là *Thongwa Dhönden*, ngài được học tập giáo pháp của dòng *Karma Kagyu*, dòng Tengyu và của nhiều tông phái khác. Ngài đã nghiên cứu toàn bộ triết học Phật giáo và thực hành thiền định với sự chỉ dạy của đức *Karmapa* đời thứ sáu cùng với đại sư *Bengar Jampal Sangpo* và nhiều bậc thầy nổi tiếng khác. Sau đó, ngài được đức *Karmapa* chỉ định làm người trợ lý chính thức để trợ giúp đức *Karmapa* trong tất cả các hoạt động của ngài. Trong cương vị này, ngài đã đóng góp rất nhiều cho hoạt động của đức Karmapa cũng như cho tông phái *Karma Kagyu*. Người ta tin rằng ngài *Paljor Dhöndrup* chính là hóa thân tái sinh lần thứ nhất của *Gyaltsab Rinpoche*.

Ngài *Paljor Dhöndrup* là người chính thức nhận sự truyền thừa từ đức *Karmapa* đời thứ sáu và sau đó truyền lại cho đức *Karmapa* đời thứ bảy, *Chödrak Gyatso*. Ngài viên tịch vào năm 1489, khi đức *Karmapa* đời thứ bảy được 25 tuổi. Vào lúc ngài viên tịch, người ta nhìn thấy nhiều hiện tượng khác thường và mầu nhiệm cho thấy sự chứng ngộ của ngài.

Đại sư thứ bảy:
CHÖDRAK GYATSO (1454-1506)

Đại sư *Chödrak Gyatso* sinh ra vào năm 1454 ở *Chida* thuộc miền bắc Tây Tạng, trong một gia đình mà cha mẹ đều là những vị tu tập pháp môn *Tan-tra*. Khi mang thai ngài, người mẹ nghe thấy ngài gọi tiếng mẹ (*ama-la*) từ trong bụng. Vào lúc sinh ra, ngài đã đọc lên câu chú bằng tiếng *Sanskrit* có hai âm là "*ah hung*". Câu thần chú này được xem là biểu hiện tánh không tuyệt đối bao trùm khắp vạn thể. Khi được 5 tháng tuổi, ngài đã nói: "Thế giới này không có gì khác ngoài tánh không."

Khi ngài được 9 tháng tuổi, cha mẹ đưa ngài đến gặp đại sư *Paljor Dhöndrup* và vị này ngay lập tức căn cứ vào những chi tiết được để lại trong di thư của đức *Karmapa* đời thứ sáu để xác nhận cậu bé chính là hóa thân tái sinh của ngài. Đại sư Paljor Dhöndrup xin được giữ đứa bé lại trong tu viện để nuôi dưỡng và truyền dạy giáo pháp.

Năm lên 4 tuổi, ngài được nhận các nghi lễ truyền pháp với đại sư Paljor Döndrub, và đến năm 8 tuổi thì ngài được truyền thọ Ngũ giới và Bồ Tát giới, rồi bắt đầu học tập giáo pháp của dòng *Karma Kagyu* với các vị *Bengar Jampal Zangpo* và Goshir Paljor Döndrub ở *Karma Gön*.

Năm 1465, ngài thực hiện một chuyến đi đến vùng biên giới phía đông bắc của Tây Tạng để hóa giải thành công những xung đột gay gắt giữa những người Phật tử với tín đồ đạo *Bon* ở đó. Nhân dịp này, ngài cũng truyền dạy những giáo pháp căn bản của đạo Phật cho tất cả cư dân địa phương. Dân chúng đã mang đến cúng dường ngài rất nhiều của cải, vàng bạc. Sau khi tiếp nhận sự cúng dường ấy, ngài phân phát tất cả cho những người nghèo trong vùng.

Ngài không chỉ giới hạn sự tu tập của mình theo một truyền thống duy nhất. Ngoài những giáo pháp mật truyền của dòng *Karma Kagyu*, ngài cũng học hỏi và thực hành giáo pháp của nhiều tông phái Phật giáo khác tại Tây Tạng. Khi thực hành giáo pháp của Đoạn giáo (*Chöd*), ngài diệt trừ hoàn toàn bản ngã và quán thấy thân mình như một bộ xương.

Đại sư *Chödrak Gyatso* dành rất nhiều thời gian cho các giai đoạn tu tập ẩn cư. Năm 1417, ngài ngài đến *Kawa Karpo* để bắt đầu một giai đoạn ẩn cư và chuyên tu thiền định kéo dài trong 7 năm. Phần lớn thời gian trong cuộc đời ngài về sau cũng đều là những giai đoạn ẩn cư hoặc bán ẩn cư.

Mặc dù vậy, ngài vẫn được thừa nhận là một trong các học giả vĩ đại, đã biên soạn nhiều bộ sách giá trị, chẳng hạn như bộ sớ giải *Hiện quán trang nghiêm luận* (*abhisamayālaṅkāra*) được gọi tên là "*Tam giới minh đăng*" (*Ngọn đèn sáng trong ba cõi*). Tác phẩm nổi tiếng nhất của ngài là quyển "*Nhân minh đại hải*", đưa ra những luận giải sâu xa về học thuyết Nhân minh luận của 2 vị *Trần-na* (*Diṅnāga*) và *Pháp Xứng* (*Dharmakīrti*).

Trong một lần trú tại chùa *Rawa Gang*, ngài tham gia một cuộc tranh biện về giáo pháp với năm vị học giả nổi tiếng đương thời. Mặc dù vẫn còn trẻ tuổi hơn nhiều so với bọn họ, ngài đã tỏ rõ phong thái chững chạc của một bậc thầy, lắng nghe và tuần tự chỉ ra những chỗ yếu kém trong lập luận của từng người.

Đức *Karmapa* đời thứ bảy là người đã thành lập nhiều trung tâm đào tạo Phật học chuyên sâu (tương đương bậc đại học) tại *Tsurphu* và nhiều nơi khác. Phật học viện do ngài sáng lập tại *Tsurphu* về sau trở nên một trường đào tạo tăng sĩ cực kỳ nổi tiếng. Ngoài ra, còn có một Phật học viện được điều hành bởi *Karma Thinleypa*, một trong các đệ tử của ngài, cũng có những đóng góp quan trọng trong sự truyền bá giáo pháp.

CHÖDRAK GYATSO (1454-1506)

Ngài cũng tôn tạo lại pho tượng Phật *Thích-ca* do đức *Karmapa* đời thứ hai là *Karma Pakshi* đã dựng lên ở *Tsurphu* từ cuối thế kỷ 13. Trong thời gian này, ngài cũng chấn chỉnh lại hoạt động của tăng chúng ở một số tự viện quanh vùng *Tsurphu*.

Năm 1498, ngài đến hoằng hóa ở vùng *Kongpo*. Sau đó, ngài đến *Lhasa*, thủ đô của Tây Tạng, để tham gia một hội nghị các lãnh đạo tông phái, với tư cách là người chủ tọa. Trong dịp này, ngài truyền dạy cho các thành viên tham gia hội nghị những phần giáo pháp bao quát trong kinh luận. Sự uyên bác và sâu sắc trong các bài giảng của ngài được tất cả các tông phái khác kính phục và tiếp nhận.

Ngài có một trí nhớ phi thường đến nỗi chưa bao giờ phải tra khảo về bất cứ vấn đề gì. Những gì ngài trích dẫn từ kinh điển trong các bài giảng hoặc bài viết đều chỉ dựa theo trí nhớ, nhưng vẫn đạt một sự chính xác hầu như tuyệt đối. Khi đang đọc sách hay kinh điển, nếu vì một nguyên nhân nào đó phải gián đoạn thì ngài luôn có khả năng ghi nhớ chính xác vị trí để trở lại sau đó mà không cần có bất cứ sự ghi chú hay đánh dấu nào.

Ngài cũng là một nhà hoạt động xã hội tích cực không mệt mỏi. Ngài đã sử dụng uy tín và sự kính phục đối với ngài để hòa giải nhiều cuộc tranh chấp, trong đó có cả những tranh chấp dai dẳng giữa hai bộ tộc **Nāga** và **Bhutan** ở vùng cực nam Tây Tạng. Ngài cũng tích cực hoạt động cho việc bảo vệ súc vật, xây dựng cầu cống, và gửi rất nhiều vàng đến thánh tích *Bồ-đề Đạo tràng* (*Bodh Gaya*) ở Ấn Độ để thiếp lại pho tượng Phật nơi đức Phật *Thích-ca* đã thành đạo. Ngài cũng khuyến khích mọi người trì tụng thường xuyên câu chân ngôn "*Án ma ni bát di hồng*" (*Om mani padme hum*) như một phương thức kỳ diệu nhất để đối trị với tất cả những tâm niệm xấu ác.

Mặc dù nhận được sự tôn kính hầu như tuyệt đối của tất cả mọi người chung quanh, nhưng đức Karmapa đời thứ bảy luôn sống một cuộc sống cực kỳ đơn giản và thậm chí đối với nhiều người có thể nói là khổ hạnh. Ngài ít ngủ, luôn ở trong trạng thái tỉnh thức, ngay cả trong những chuyến đi hoằng hóa ở xa xôi. Mặc dù rất uyên bác về mọi vấn đề, ngài không bao giờ nói ra bất cứ câu nào mà không có mục đích giáo hóa cụ thể. Ngài thường khuyên dạy các vị đệ tử đừng bao giờ để cho những câu chuyện vô nghĩa của thế tục xen vào đời sống người xuất gia.

Trước khi viên tịch vào năm 1506, ngài để lại những chỉ dẫn chi tiết về lần tái sinh sắp tới, bao gồm cả tên cha mẹ và nhiều chi tiết khác. Ngài giao quyền lãnh đạo tông phái cho vị đệ tử lớn là *Tashi Paljor*.

Tashi Paljor sinh ra với tên gọi là *Denma Drubchen* vào năm 1457, tại vùng *Denma* của xứ *Derge*, thuộc miền đông Tây Tạng. Khi lên năm tuổi, mỗi lần nghe nhắc đến danh xưng "*Karmapa*" là ông luôn biểu lộ sự tôn kính hết mực. Sau đó một năm, ông được gặp đức *Karmapa* đời thứ bảy, và được ban cho tên gọi là *Tashi Paljor*. Ông học tập giáo pháp tại *Denma* với vị học giả nổi tiếng là *Sangye Pal*. Năm 16 tuổi, *Tashi Paljor* quyết định đi theo đức *Karmapa*. Trong 7 năm sau đó, ông được đức *Karmapa* truyền dạy toàn bộ giáo pháp của dòng *Karma Kagyu*. Sau đó, cũng theo sự chỉ dẫn của đức *Karmapa*, ông tìm đến các dãy núi ở xứ *Kham* thuộc miền đông Tây Tạng để thực hành giáo pháp, phát nguyện noi gương cuộc đời ngài *Milarepa*. Sau 20 năm tu tập trong điều kiện ẩn cư tuyệt đối, ông đạt được sự giác ngộ hoàn toàn và được tôn xưng là vị *Sangye Nyenpa Rinpoche* thứ nhất.

Ông là vị thầy dạy chính của đức *Karmapa* đời thứ tám, và cũng là người giữ quyền dẫn dắt dòng Karma Kagyu sau khi đức Karmapa đời thứ bảy viên tịch, rồi sau đó trao lại cho đức *Karmapa* đời thứ tám là *Mikyö Dorje*.

Đại sư thứ tám:
MIKYÖ DORJE (1507-1554)

Đại sư Mikyö Dorje sinh năm 1507 tại một ngôi làng nhỏ tên là *Satam*, ở *Kartiphuk*, xứ *Ngomchu*, thuộc miền đông Tây Tạng, trong một gia đình mà cha mẹ đều tu tập pháp *Du-già*. Khi vừa sinh ra, người ta đã nghe thấy đứa trẻ nói "*Karmapa*". Điều kỳ lạ này nhanh chóng được truyền ra khắp nơi và đến tai ngài *Tai Situpa*. Ngài tìm đến và xác nhận đứa bé này là vị *Karmapa* tái sinh. Tuy nhiên, ngài yêu cầu cha mẹ đứa bé hãy giữ bí mật về sự phát hiện này trong vòng 3 tháng để đảm bảo an toàn cho em. Sau đó, ngài thực hiện một cuộc kiểm tra trực tiếp với em bé. Mọi chi tiết đều phù hợp với di thư của đức *Karmapa* để lại. Và kỳ lạ thay, khi hoàn tất việc kiểm tra, đứa bé bỗng thốt lên: "Xin đừng nghi ngờ nữa, ta chính là *Karmapa*."

Ngay trong năm sau đó, đứa bé được đưa đến nuôi dưỡng tại tu viện *Karma Gön*.

Khi *Mikyö Dorje* được 5 tuổi, người ta nghe được những tin tức về một đứa trẻ sinh ra ở *Amdo* có những dấu hiệu của một vị *Karmapa* tái sinh. Người kế nhiệm của đức *Karmapa* đời thứ bảy khi ấy là ngài *Gyaltsab Rinpoche*, liền rời khỏi *Tsurphu* để lên đường thẩm định về tính xác thực của cả hai đứa bé. Tuy nhiên, ngay khi gặp *Mikyö Dorje*, ngài cảm thấy có một sự thôi thúc kỳ lạ buộc ngài phải quỳ xuống lễ bái đứa trẻ, và ngài biết chắc đây chính là hóa thân tái sinh của đức *Karmapa*. Ngay trong năm sau đó, ngài tổ chức một nghi lễ chính thức tại *Tse Lhakhang* để công nhận hóa thân tái sinh đời thứ tám của đức *Karmapa*.

Vào năm 1516, tuy chỉ vừa được 9 tuổi nhưng vị *Karmapa*

Mikyö Dorje đã nhận được lời thỉnh cầu của đức vua xứ *Jang Sa-tham* đến viếng thăm xứ này. Cùng với một đoàn tùy tùng, ngài đến đó và được đức vua tổ chức nghi lễ tiếp đón vô cùng trọng thể.

Sau khi được tiếp xúc với vị *Karmapa* trẻ tuổi, đức vua vô cùng xúc động. Ông phát tâm bảo vệ và truyền bá rộng rãi Phật pháp trên toàn lãnh thổ do ông cai trị. Ông cũng hứa sẽ thực hiện lời dạy của đức *Karmapa*, áp dụng chủ trương bất bạo động trong việc giải quyết mọi tranh chấp chính trị. Sau đó. Sau khi truyền dạy giáo pháp, đức *Karmapa* từ biệt đức vua xứ *Jang Sa-tham* và hứa sẽ trở lại xứ này sau 7 năm.

Năm 1517, *Mikyö Dorje* bắt đầu học tập những phần giáo pháp quan trọng nhất từ vị Đại thành tựu giả *Sangye Nyenpa*, tức *Tashi Paljor*, người đệ tử kiệt xuất của đức *Karmapa* đời thứ bảy.

Ngoài *Tashi Paljor*, *Mikyö Dorje* cũng học tập với nhiều bậc thầy nổi tiếng khác như *Dulmo Tashi Öser*, *Dakpo Tashi Namgyal* và *Karma Trinleypa*. Tuy nhiên, toàn bộ giáo pháp mật truyền của dòng *Karma Kagyu* đã được truyền lại từ chính ngài *Tashi Paljor*. Sau 3 năm nỗ lực truyền dạy toàn bộ cho vị Karmapa trẻ tuổi, đại sư *Tashi Paljor* viên tịch. Ngay trong buổi lễ hỏa táng nhục thân của ngài, vị *Karmala* đạt được sự chứng ngộ về giáo pháp đã được ngài truyền dạy.

Vào thời gian này (khoảng năm 1520), hoàng đế nhà Minh là Minh Vũ Tông gửi lời thỉnh cầu ngài viếng thăm Trung Hoa. Ngài từ chối với lý do là vị hoàng đế này sẽ qua đời trước khi ngài kịp đến Trung Hoa. Lời dự báo này hoàn toàn chính xác, vì hoàng đế Minh Vũ Tông đã băng hà trong năm 1521.

Karmapa Mikyö Dorje có nhiều nét tính cách rất giống với vị *Karmapa* đời thứ ba, *Rangjung Dorje*, đặc biệt là sự say mê nghiên cứu học hỏi và năng khiếu về ngôn ngữ học. Ngài được học Phạn văn (*Sanskrit*) với ngài *Lotsawa Richen Tashi*. Ngài cũng thể hiện năng khiếu nghệ thuật vượt bậc trong các lãnh vực thơ ca, hội họa và cả điêu khắc nữa. Tại *Mar Kham*, ngài làm một pho tượng đá để mô tả chính mình. Khi hoàn tất, ngài đặt pho tượng ở trước mặt và hỏi pho tượng xem có giống thật hay không. Người ta nghe thấy tiếng trả lời "*Rất giống*". Khi ấy, ngài cầm lên một cục đá và bóp nặn lại như người ta nhào nặn khối bột nhão, rồi ngài in dấu bàn tay mình lên đó. Cả pho tượng và cục đá có in dấu bàn tay ngài hiện vẫn còn được giữ ở chùa *Rumtek*, xứ *Sikkim*.

Năm 21 tuổi, ngài thọ giới cụ túc với *Chodrup Senge* để chính thức trở thành một vị *tỳ-kheo*. Cùng tham gia buổi lễ truyền giới này có *Lạt-ma Thinley*.

Karmapa Mikyö Dorje được xem như một trong các vị *Karmapa* nổi tiếng về mọi phương diện. Ngài là một bậc thầy vĩ đại về thiền định cũng như một học giả uyên bác và thông thái, tác giả của hơn 30 bộ sách giá trị, bao gồm cả những luận giải về kinh luận cũng như các bản lược giải những điểm tinh yếu trong kinh điển và các *Tan-tra*. Ngài cũng biên soạn nhiều nghi thức tu tập và các chỉ dẫn quan trọng cho các hành giả tu tập Mật tông. Về mặt nghệ thuật, ngài là người đầu tiên sáng tạo phong cách tranh lụa (*thangka*) được gọi là *Karma Gadri*, một trong các trường phái chính của nghệ thuật tranh lụa Tây Tạng.

Đức *Karmapa* đời thứ tám có rất nhiều linh kiến về mối quan hệ không tách rời giữa những hóa thân của ngài và của vị đạo sư (*Guru*) *Rinpoche*. Chính đạo sư *Rinpoche* cũng là người thực hiện các Phật sự, được xem như các phương tiện mà đức Phật đã sử dụng để đạt đến sự giác ngộ. Đức *Karmapa* đời thứ tám nhận ra một điều là các hóa thân từ trước đến nay của ngài luôn có sự trùng hợp với các hóa thân của đạo sư *Rinpoche*, mà ngài tin là hóa thân của đức Phật Nhiên Đăng

(*Dīpaṃkara*), vị Phật đã thành đạo trước đức Phật *Thích-ca*. Kinh Phật dạy rằng trong Hiền kiếp đã có đến 1.000 vị Phật ra đời, và vì thế cả hai vị *Karmapa* và *Guru Rinpoche* đều có thể xem là sự hiển lộ của cả một ngàn vị Phật trong thế giới của chúng ta.

Năm 1546, ngài thông báo với các đệ tử về sự viên tịch sắp tới của mình. *Shamar Rinpoche* và *Pawo Rinpoche* đã cùng nhau khẩn khoản xin ngài hãy tiếp tục công việc hoằng hóa thêm một thời gian nữa. Ngài chấp nhận lời thỉnh cầu chân thành ấy và cho biết là mình sẽ kéo dài đời sống thêm một thời gian nữa. Trong thời gian này, ngài thăm viếng các tự viện thuộc dòng *Karma Kagyu* để chấn chỉnh việc tu tập và tiếp xúc với nhiều người để truyền dạy giáo pháp. Ngài cũng yêu cầu các đệ tử giảm bớt một số lễ nghi để những ai muốn được diện kiến ngài đều có thể dễ dàng tìm đến.

Năm 1554, một trận dịch bệnh lan tràn ở miền nam Tây Tạng. Ngài lập tức lên đường đến đó và bảo các đệ tử rằng ngài sẽ chấm dứt trận dịch. Sau khi đến nơi, ngài cho làm 5 cái tháp nhỏ và đặt trước mặt mình rồi nhập định chú tâm cầu nguyện và sử dụng năng lực của lòng đại bi để bao phủ cả vùng này. Sau khi ngài ra khỏi thiền định, dịch bệnh trong vùng tức thời chấm dứt. Tuy nhiên, ngài bảo cho các đệ tử biết rằng những nguyên nhân gây bệnh đã được hấp thụ cả vào trong người của ngài, và do đó ngài sẽ viên tịch ngay trong năm này. Đức *Karmapa* để lại một di thư báo trước những chi tiết về lần tái sinh sắp tới của ngài và giao thư ấy cho *Shamar Konchok Yenlak*.

Ngài viên tịch trong năm 1554, khi được 47 tuổi. Các đệ tử thu thập xá-lợi của ngài sau khi hỏa táng tại *Tsurphu* và dựng một tháp bạc tại đây để thờ phụng.

Trong số rất nhiều đệ tử của ngài, các vị nổi bật nhất là *Shamar Konchok Yenlak, Pawo Tsuklak Trengwa, Gyaltshap*

Drakpa Paljor, *Sitri Chokyi Gocha* và *Karma Thinley Legdrup*.

Trong di thư ngài để lại có đoạn viết: "Trong đời sống kế tiếp, tôi sẽ sinh ra với tên gọi là *Wangchuk* - vị vua vinh quang và tự lập của cả thế giới này. Tôi sẽ sinh ra ở vùng *Tre-shö* tuyết phủ thuộc miền đông Tây Tạng, ở một nơi mà người ta có thể nghe được tiếng nước chảy và tiếng giảng pháp. Tôi đã thấy trước được những dấu hiệu chứng tỏ một điều là không bao lâu nữa tôi sẽ sinh ra tại đó."

Người nối tiếp truyền thống *Karma Kagyu* sau khi ngài viên tịch là Könchok Yenlak. Vị này sinh năm Mộc Dậu (1526) tại *Kyen*, một vùng cao của *Kongpo*. Đức *Karmapa* đời thứ tám đã xác nhận ông là hóa thân tái sinh đời thứ năm của *Shamar*.

Könchok Yenlak học tập với đức *Karmapa* đời thứ tám và *Pawo Tsuklak Trengwa*, một đệ tử lớn của ngài. Ông trở thành một học giả lớn và một bậc thầy về thiền định. Ông đã nhận được sự truyền thừa toàn bộ giáo pháp của dòng *Karma Kagyu*, và chính đức *Karmapa* đã giao phó cho ông trách nhiệm dẫn dắt tông phái. *Könchok Yenlak* có nhiều trước tác Phật học quan trọng. Ông cũng chính là người thực hiện việc nhận biết đức *Karmapa* đời thứ chín và trở thành vị thầy dạy chính của ngài. Ông viên tịch vào năm 1583, khi được 57 tuổi. Ông đã thực hiện việc truyền lại toàn bộ truyền thống của dòng *Karma Kagyu* cho đức *Karmapa* đời thứ chín: *Wangchuk Dorje*.

Đại sư thứ chín:

WANGCHUK DORJE (1555-1603)

Đại sư *Wangchuk Dorje* sinh năm 1555, tại vùng *Tre-shö* thuộc miền đông Tây Tạng, đúng như lời dự báo của đức *Karmapa* đời thứ tám trước khi viên tịch. Trong khi mang thai, người mẹ nghe có tiếng tụng kinh, trì chú vang ra từ trong bụng. Sau khi sinh ra, đứa bé ngồi ở tư thế kết già trong suốt 3 ngày liền. Và không bao lâu sau đó, đứa bé tuyên bố với mọi người: *"Ta là Karmapa."*

Những chi tiết kỳ lạ về đứa bé được mọi người kể cho nhau nghe và truyền đi nhanh chóng đến tai ngài *Tai Situpa Chökyi Gocha*, vì ngài đang ở cách nơi ấy không xa. Căn cứ vào những chi tiết được ghi trong di thư của đức *Karmapa* đời thứ tám, ngài nhanh chóng xác định đứa bé chính là hóa thân tái sinh của đức *Karmapa*. Sự việc sau đó một năm được xác nhận lần nữa bởi *Sharmapa Konchok Yenlak*.

Khi *Wangchuk Dorje* được 6 tuổi, *Shamarpa Konchok Yenlak* tổ chức một nghi lễ chính thức để công nhận ngài chính là hóa thân tái sinh của vị *Karmapa*. Kể từ đó, *Wangchuk Dorje* được truyền dạy đầy đủ các phần giáo pháp căn bản và chuyên sâu của tông phái.

Ngài thọ giới *sa-di* với *Pawo Rinpoche* và *Shamar Rinpoche* trong một nghi lễ long trọng. Sau đó, ngài bắt đầu học về giáo pháp *Đại thủ ấn* và *Sáu pháp Naropa*.

Sau khi hoàn tất việc học tập toàn bộ giáo pháp của dòng *Karma Kagyu*, ngài *Wangchuk Dorje* bắt đầu công cuộc hoằng hóa với việc truyền dạy giáo pháp khắp đất nước Tây Tạng. Buổi giảng pháp đầu tiên của ngài có sự tham dự của 1.800 vị tăng và nhiều quan chức chính quyền miền trung Tây Tạng.

Cũng nên biết một điều là vào thời ấy, những mối quan hệ giữa tôn giáo và chính trị tại Tây Tạng đã được thiết lập chặt chẽ đến mức không một tông phái nào thoát khỏi được các ảnh hưởng chính trị. Chính các quan chức ở miền trung Tây Tạng cũng có tham gia trong việc công nhận trường hợp tái sinh của vị *Karmapa*.

Ngài chính thức thọ giới *tỳ-kheo* với *Shamar Rinpoche* vào năm 1580. Từ đó, ngài dành thời gian để nghiên cứu Luật tạng và giáo pháp của các vị *Karmapa* đời trước. Ba năm sau đó (1583), vị đạo sư *Shamar Rinpoche* viên tịch. Ngài tổ chức tang lễ và thu thập *xá-lợi* của thầy để nhập tháp thờ phụng tại chùa *Yangbachen*. Những vật sở hữu của vị đạo sư để lại được chia đều cho tăng chúng.

Phần lớn thời gian trong cuộc đời hoằng pháp của ngài được dành cho những chuyến đi du hóa khắp mọi nơi. Ngài thăm viếng rất nhiều tu viện ở miền nam và khuyến khích tăng sĩ phải chú tâm nhiều hơn đến việc thực hành thiền định. Ngài không viếng thăm Trung Hoa, nhưng có thực hiện những chuyến đi quan trọng đến Mông Cổ và *Bhutan*. Ngài giảng dạy giáo pháp và khơi dậy tinh thần tu tập ở các trung tâm tu học, tự viện trên đường ngài đi qua.

Đức *Karmapa* đời thứ chín cũng nhận được lời thỉnh cầu đến viếng *Sikkim*. Mặc dù không thể trực tiếp đi, nhưng ngài đã cho một vị đệ tử lớn thay ngài đến đó và theo đúng sự hướng dẫn của ngài để thành lập 3 tu viện lớn là *Rumtek*, *Phodong* và *Ralang*. Đức *Karmapa* tổ chức nghi thức cầu nguyện và ban phép lành cho các tu viện này từ Tây Tạng. Về sau, *Rumtek* trở thành trụ sở của các vị *Karmapa* ở Ấn Độ vào những năm đầu thập niên 1960.

Đức *Karmapa* đời thứ chín *Wangchuk Dorje* không dành nhiều thời gian cho việc biên soạn, trước tác. Mặc dù vậy, trong số các tác phẩm để lại của ngài có nhiều bản luận giải kinh điển và *Tan-tra* quan trọng. Trong số đó có 3 tập luận giải về *Đại thủ ấn* là *Đại hải quyết định nghĩa*, *Triệt phá vô minh* và *Hiển bày Pháp thân*. Các tác phẩm này đã giữ một vai trò quan trọng trong việc giảng dạy và truyền thừa giáo pháp *Đại thủ ấn* tại Tây Tạng.

Vào lúc bấy giờ, sự phân chia tông phái ở Tây Tạng ngày càng đi theo chiều hướng sai lệch, rối rắm hơn. Những khác biệt giữa các tông phái dần dần chuyển thành cách biệt rồi mâu thuẫn, công kích nhau. Đức *Karmapa* đời thứ chín đã giữ một vai trò tích cực trong việc hòa giải và xóa đi những cách biệt giữa các tông phái. Ngài và ba vị *Karmapa* tiếp theo sau đó (đời thứ 10, 11 và 12) được lịch sử Tây Tạng ghi nhận là đã có những đóng góp tích cực trong việc duy trì sự ổn định và hòa bình cho đất nước.

Nhằm mục đích khơi dậy truyền thống tốt đẹp của Phật giáo Tây Tạng từ thời những vị vua sùng tín, ngài tổ chức trùng tu các ngôi cổ tự được xây dựng từ những thời kỳ này như *Srongtsen Gampo* và *Trisong Detsun*.

Đức *Karmapa* đời thứ chín đặc biệt quan tâm đến việc giáo hóa những người dân thường. Khi đến vùng *Nagakphu*, ngài tổ chức lễ xuất gia cho rất nhiều người dân địa phương. Sự thuyết giảng của ngài khơi dậy nhận thức từ bi và tôn trọng sự sống. Ngài khuyên mọi người nên từ bỏ các nghề nghiệp như săn bắn và đánh cá, cũng như biết tôn trọng sự sống của súc vật. Ngài cũng vận động xây dựng và sửa sang rất nhiều cầu cống, đường giao thông.

Đức *Karmapa* đời thứ chín viên tịch vào năm 1603, khi được 48 tuổi. Ngài để lại một di thư nói rõ về sự tái sinh trong đời kế tiếp và giáo quyền dẫn dắt tông phái cho vị *Shamarpa* đời thứ sáu là *Chökyi Wangchuk*. Sau lễ hỏa táng, xá-lợi của ngài được thu thập và thờ phụng ở *Tsurphu*.

Chökyi Wangchuk là một trong các vị đệ tử lớn của đức

Karmapa đời thứ chín. Ông sinh năm 1584 tại vùng *Drikhung* thuộc miền trung Tây Tạng. Đức *Karmapa* đời thứ chín đã xác nhận ông là *Shamar* tái sinh đời thứ sáu.

Từ nhỏ ông đã được theo học với đức *Karmapa* đời thứ chín và nhận được sự truyền thừa toàn bộ giáo pháp của dòng *Karma Kagyu*. Ông trở thành một trong các vị học giả nổi tiếng nhất của Tây Tạng vào thời bấy giờ, với sự tinh thông và uyên bác về kinh điển. Ông đã biên soạn rất nhiều bản luận giải quan trọng.

Ông là đạo sư của *Desi Tsangpa*, người cai trị miền trung Tây Tạng vào thời đó. Ông đã có công xây dựng lại tu viện ở *Kampo Neynang*. Khi du hóa ở tỉnh *Kham* thuộc miền đông Tây Tạng, chính ông đã phát hiện và rồi trở thành thầy dạy chính của đức *Karmapa* đời thứ mười. Ông là người đã truyền lại toàn bộ giáo pháp của dòng *Karma Kagyu* cho đức *Karmapa* đời thứ mười: **Chöying Dorje.**

Ông cũng đã có những chuyến đi du hóa rất lâu dài gian khổ đến tận Trung Hoa và *Nepal*. Là một học giả uyên bác, ông giảng dạy giáo pháp cho đức vua *Laxman Naran Singh* và những Phật tử thuần thành ở *Nepal* bằng tiếng *Sanskrit* nguyên thủy. Ông viên tịch trên dãy núi *Helambu* tại *Nepal* vào năm 1629.

Đức *Karmapa* đời thứ chín còn có rất nhiều vị đệ tử nổi tiếng khác. Trong số đó có *Lotsawa Taranatha*, người đã có công biên soạn một quyển lịch sử Phật giáo Ấn Độ, và các vị như *Situ Chokyi Gyaltsen, Pawo Tsuglak Gyaltsho, Drigung Karma Kagyupa Chokyi Rinchen Namgyal, Taglung Karma Kagyupa Chokyi Kunga Tashi...* Họ đều là những người nối tiếp sự nghiệp hoằng hóa của ngài, truyền dạy giáo pháp của dòng *Karma Kagyu* ra khắp mọi nơi.

Đại sư thứ mười:

CHÖYING DORJE (1604 - 1674)

Đại sư *Chöying Dorje* sinh ngày 8 tháng 3 năm Mộc Thìn (1604) tại vùng *Golok*, cực bắc Tây Tạng. Trong thời gian mang thai ngài, người mẹ có nhiều giấc mơ xuất hiện như những điềm lành. Tương truyền, ngay sau khi sinh ra ngài đã đứng dậy bước đi bảy bước như khi đức Phật *Thích-ca* vừa đản sinh.

Sau đó, ngài được vị *Shamar Chokyi Wangchuk* nhận biết là hóa thân tái sinh của đức *Karmapa*. Vì đức vua xứ *Tsang* là người sùng kính giáo pháp của dòng *Karma Kagyu* nên sau đó ngài liền được đưa vào nuôi dưỡng trong lâu đài của một vị hoàng tử ở *Machu* là *Chang Mowa*, và ngay từ khi còn bé đã được đối xử như một vị đạo sư phi thường.

Chỉ vào năm 6 tuổi ngài đã biểu lộ tài năng xuất chúng khi vẽ những bức tranh đẹp hơn tất cả các vị thầy dạy của mình và thể hiện tài năng của một nhà điêu khắc tài hoa. Đồng thời ngài cũng sớm thể hiện tâm từ bi vô hạn ngay từ khi còn là một đứa trẻ. Một hôm, ngài nhìn thấy những người thợ cạo lông cừu. Ngài xúc động rơi nước mắt và khẩn khoản đến xin những người thợ hãy dừng ngay việc ấy. Một ngày khác khi ngài đang dạo chơi, một con nai đang bị săn đuổi đã chạy đến chỗ ngài để tìm sự che chở. Ngài đứng chắn trước con nai để nó không bị chó săn làm hại, rồi dùng tâm từ bi làm chuyển hóa con chó săn, khiến nó trở nên hiền lành, không còn hung hăng như trước nữa. Khi người thợ săn đuổi đến, ngài thuyết phục ông ta hãy bỏ nghề và trao cho ông một số tiền. Người thợ săn cảm động trước tấm lòng từ bi của ngài đến nỗi ông ta thề sẽ không bao giờ làm nghề săn bắn nữa.

Năm ngài được 8 tuổi, *Shamar Chokyi Wangchuk* tổ chức nghi lễ chính thức công nhận ngài là hóa thân tái sinh của đức *Karmapa*. Tiếp theo, một buổi lễ đăng quang được tổ chức long trọng tại tu viện *Nyingche Ling* để tất cả mọi người đều được biết đến sự ra đời của ngài.

Sau đó, ngài lên đường đến *Tsurphu* để gặp đại sư *Pawo Tsuglak Gyaltsho*. Vị này đã truyền giới *sa-di* cho ngài cũng như truyền dạy các phần giáo pháp căn bản. Sau một thời gian nỗ lực học tập tại đây, ngài đã có thể nắm vững hầu hết những phần giáo pháp quan trọng nhất. Tiếp đó, ngài nhận lời thỉnh cầu đến viếng thăm vị hoàng tử xứ *Tsang* là *Karma Phuntsog Namgyal*, người hiện đang nắm quyền ở hầu hết các vùng lãnh thổ của Tây Tạng sau khi triều đại *Rinpung* sụp đổ.

Năm 21 tuổi, ngài chính thức thọ giới cụ túc để trở thành một vị *tỳ-kheo*. Vào thời điểm này, ngài đã nhận được sự truyền thừa toàn bộ giáo pháp của dòng *Karma Kagyu*. Từ đó, ngài tập trung mọi nỗ lực tu tập vào việc thực hành thiền định.

Vào thời đức *Karmapa* đời thứ mười, mối quan hệ giữa phái *Gelugpa* (*Cách-lỗ*) và phái *Karma Kagyu* không được tốt đẹp. Đức vua *Desi Karma Tenkyong Wangpo* của xứ *Tsang* là người tin theo phái *Karma Kagyu* và hiện đang nắm giữ quyền cai trị trên hầu hết các vùng lãnh thổ của Tây Tạng. Đức *Karmapa Chöying Dorje* đã dự báo trước về những cuộc chiến tranh và xung đột chính trị sắp xảy ra, khi phái *Gelugpa* (*Cách-lỗ*) muốn liên kết với người Mông Cổ để chống lại phái *Karma Kagyu*. Ngài nhận biết rằng sự quan tâm về chính trị sẽ lôi kéo quân đội Mông Cổ vào việc ủng hộ phái *Gelugpa*, và trong cuộc xung đột này ngài sẽ phải rời khỏi miền trung Tây Tạng trong một thời gian dài. Vì thế, ngài mang tất cả những tài sản sở hữu của mình phân phát cho người nghèo, và đồng thời chỉ định *Goshir Gyaltsab* làm người đại diện cho ngài.

Quả nhiên, quân đội Mông Cổ do *Đại Hãn Gushri* chỉ huy đã tấn công *Shigatse* và sau đó tiếp tục tấn công hầu hết các vùng của Tây Tạng, gây ra những sự tàn phá và hủy hoại phần lớn đất nước, rồi cuối cùng bao vây và khống chế tu viện *Tsurphu* của đức *Karmapa*, nơi đặt trụ sở chính của phái *Karma Kagyu*.

Đức *Karmapa Chöying Dorje* bị buộc phải rời khỏi vùng này. Vào đêm xảy ra cuộc chiến loạn, nhiều người nhìn thấy ngài nắm tay người tùy tùng của ngài và cả hai cùng bay bổng giữa không trung, vượt qua những đoàn quân lính đang vây chặt bên dưới. Bằng cách đó, ngài đã thoát khỏi sự vây hãm của quân đội và đi thẳng đến những vùng rừng núi hoang vắng của *Bhutan* và sống tại đây trong 3 năm. Sau đó họ đi đến vùng đất mà ngày nay là miền bắc của tỉnh *Yunnan*, thuộc Trung Hoa. Các tu viện ở đây vui mừng đón tiếp ngài và được ngài truyền dạy giáo pháp. Trong suốt thời gian sau đó, khi đức *Karmapa* đi qua bất cứ nơi nào ngài cũng đều truyền dạy giáo pháp và khơi dậy tinh thần tu tập, đồng thời ngài cũng thành lập được một số chùa và tu viện.

Trải qua 20 năm sau đó, đức *Karmapa* đời thứ mười mới có thể trở về quê hương của mình. Vào lúc này, ngài phát hiện các hậu thân của *Shamar Yeshe Nyingpo, Goshir Gyaltsab*, và *Pawo Rinpoche*. Ngài công nhận các hậu thân này và truyền dạy giáo pháp của dòng *Karma Kagyu* cho họ.

Vào thời điểm này, bối cảnh chính trị tại Tây Tạng đã thay đổi lâu dài. Đức *Đạt-lai Lạt-ma* đời thứ năm, *Ngawang Lobsang Gyatso* (1617-1682) đã trở thành người chính thức nắm giữ chính quyền, và vai trò này về sau tiếp tục được chuyển giao cho các hậu thân tái sinh của ngài. Mối quan hệ giữa hai phái *Cách-lỗ* và *Karma Kagyu* vì thế cũng không còn căng thẳng nữa.

Đức *Karmapa* đời thứ mười, *Chöying Dorje*, viên tịch vào năm 1674, khi ngài được 70 tuổi. Ngài để lại một di thư báo trước về sự tái sinh của mình cùng những chỉ dẫn chi tiết để nhận biết. *Goshir Gyaltsab Norbu Sangpo* trở thành người thay thế tạm thời của ngài tại *Tsurphu*. Sau lễ hỏa táng, *xá-lợi* ngài được thu thập và nhập tháp thờ phụng tại *Tsurphu*. *Shamar Yeshe Nyingpo* được chọn làm người kế thừa giáo pháp của ngài.

Shamar Yeshe Nyingpo sinh năm 1631 tại vùng *Golok* thuộc miền đông Tây Tạng. Ông được đức *Karmapa* đời thứ mười xác nhận là hậu thân tái sinh đời thứ bảy của *Shamar*. Ông hết sức thành tín và nỗ lực tu tập theo sự chỉ dẫn của đức *Karmapa Chöying Dorje*. Ông nhận được sự truyền thừa toàn bộ giáo pháp của dòng *Karma Kagyu* và có nhiều biểu hiện chứng đắc về các pháp thiền định *Đại thủ ấn* (*Mahamudra*) cũng như *Đại cứu cánh* (*Dzogchen*). *Yeshe Nyingpo* viên tịch vào năm Thổ Tuất (1694), khi ông được 63 tuổi. Ông là người đã nhận biết và trở thành thầy dạy chính của đức *Karmapa* đời thứ 11: *Yeshe Dorje*.

Đại sư thứ mười một:

YESHE DORJE (1676- 1702)

Đại sư *Yeshe Dorje* sinh năm Hỏa Thìn (1676) ở vùng *Mayshö* thuộc miền đông Tây Tạng, trong một gia đình Phật tử thuần thành. Từ khi còn rất nhỏ, đứa bé đã thường kể cho cha mẹ nghe về những giấc mơ kỳ lạ của em. Ban đầu, mọi người rất thích thú với những câu chuyện do em kể lại, nhưng dần dần họ nhận ra là có những ý nghĩa rất sâu xa và mầu nhiệm trong hiện tượng lạ thường này.

Khi tin đồn về một em bé với những giấc mơ kỳ lạ được lan ra, các vị *Shamar Yeshe Nyingpo* và *Gyaltsab Norbu Sangpo* đã gửi những người đại diện của họ đến tìm hiểu và xác nhận được nhiều chi tiết quan trọng. Tiếp theo đó, căn cứ vào những chỉ dẫn được để lại trong di thư của đức *Karmapa* đời thứ mười, *Shamar Yeshe Nyingpo* và *Gyaltsab Norbu Sangpo* nhận biết được em bé này chính là hóa thân tái sinh của đức *Karmapa*.

Yeshe Dorje được đón tiếp long trọng tại chùa *Dechen Yangbachen*, do *Shamar Rinpoche* làm trụ trì. Sau đó, em được đưa đến *Tsurphu* ở miền trung Tây Tạng và chính thức trở thành vị *Karmapa* đời thứ mười một sau một nghi lễ đăng quang được tổ chức tại tu viện *Tsurphu*, dưới sự chủ trì của *Shamar Yeshe Nyingpo*.

Yeshe Dorje thọ Ngũ giới với sự truyền thụ của *Shamar Rinpoche*. Sau đó, ngài bắt đầu việc học tập giáo pháp dưới sự chỉ dạy của các vị *Shamar Rinpoche*, *Gyaltshap Rinpoche* và *Karma Thinleypa*.

Yeshe Dorje nhận sự truyền thừa *Đại thủ ấn* (mahamudra) và các giáo pháp khác từ vị *Shamar*. Ngài cũng được học về các giáo pháp bí truyền (*Terma*), là những phần giáo pháp của ngài *Liên Hoa Sinh* (*Padmasambhava*) nhưng từ lâu giấu kín và chỉ được khám phá gần đây do một số bậc thầy đủ cơ duyên. Ngài học các giáo pháp này với *Yong-ge Mingur Dorje* và *Taksham Nüden Dorje*. Điều này tương ứng với lời dự báo của ngài Liên Hoa Sinh trước đây rằng vị *Karmapa* đời thứ mười một sẽ nắm giữ được một phần giáo pháp bí truyền.

Sau khi *Shamar Yeshe Niyingpo* viên tịch, *Karmapa Yeshe Dorje* đến học với *Yong-ge Mingur Dorje* và *Taksham Nüden Dorje*. Chính trong thời gian này ngài được tiếp thu trọn vẹn những phần giáo lý bí truyền do 2 vị này nắm giữ.

Vào năm *Thủy Tuất* (1682), đức *Đạt-lai Lạt-ma* đời thứ năm viên tịch. Trong khi chờ đợi hậu thân tái sinh của ngài, vị nhiếp chính là *Desi Sangye Gyalsho* tạm thời nắm giữ mọi quyền hạn. Vị này vẫn tiếp tục chính sách hòa giải giữa các tông phái. Một trong những đệ tử của *Karmapa Yeshe Dorje* là *Karma Tendzin Thargye* cũng là người phụng sự cho đức *Đạt-lai Lạt-ma*.

Karmapa Yeshe Dorje là một bậc đại đạo sư có khả năng thực hiện nhiều phép thần thông mầu nhiệm. Ngài đã nhận biết và xác nhận hóa thân lần thứ tám của vị *Shamarpa* là *Palchen Chökyi Dhondrup*, được sinh ra gần ngọn núi *Jomo Gangkar* tại *Nepal*. Mặc dù đây là một địa điểm rất xa xôi, nhưng qua những linh ảnh nhìn thấy trong khi nhập định, ngài đã có thể đưa ra những chỉ dẫn chi tiết để phái đoàn tìm kiếm do ngài cử đến có thể dễ dàng tìm ra em bé hóa thân này. Em bé được đưa về *Tsurphu* và được chính đức *Karmapa* tổ chức nghi lễ công nhận em là người kế thừa dòng Shamarpa, với một vương miện màu đỏ được đội lên để tượng trưng cho vai trò đứng đầu phái này. Sau đó, *Palchen Chökyi Dhondrup* trở thành đệ tử lớn của đức *Karmapa* và được giao trách nhiệm kế thừa dẫn dắt tông phái.

YESHE DORJE (1676- 1702)

Karmapa Yeshe Dorje cũng nhận biết và công nhận hậu thân tái sinh của *Siyu* là *Tenpi Nyingche* và hậu thân tái sinh của *Pawo Rinpoche* là *Chokyi Dondrup*.

Đức *Karmapa* đời thứ mười một là vị có đời sống ngắn ngủi nhất trong số các vị *Karmapa*. Mặc dù vậy, trong quãng đời ngắn ngủi của mình, ngài đã hợp nhất được cả hai phần giáo pháp của dòng *Karma Kagyu* và dòng *Nyingma* (Ninh-mã). Sự giáo hóa của ngài được thực hiện một cách siêu việt và hoàn hảo. Một lần, khi trong các đệ tử có một số người hoài nghi về giáo pháp hóa thân, ngài lập tức hóa hiện ra cùng lúc nhiều thân khác nhau, mỗi thân chỉ dạy cho một người đệ tử. Với sự hiển bày này, mọi sự nghi ngờ về khả năng hóa thân của chư Phật và Bồ Tát đều được xóa sạch.

Ngài viên tịch vào năm 1702, sau khi đã để lại cho *Shamar Palchen Chökyi Döndrup* một di thư nói rõ chi tiết về lần tái sinh kế tiếp. Vào hôm ngài viên tịch, rất nhiều đệ tử nhìn thấy ngài hiện ra trong một mặt trời chói sáng cùng với hai vị đạo sư khác. Sau lễ hỏa táng, các đệ tử thu thập *xá-lợi* của ngài rồi nhập tháp thờ phụng tại *Tsurphu*.

Người kế thừa đức *Karmapa* trong thời gian chờ đợi hóa thân của ngài là *Palchen Chökyi Dhondrup*. Vị này sinh năm 1695 trong một gia đình người *Nepal*, tại *Yolmo* (*Helambu*) thuộc lãnh thổ *Nepal*. Đức *Karmapa Yeshe Dorje* đã nhận biết được sự sinh ra của ông nhờ vào những linh ảnh được thấy trong thiền định, và đã cử đến một phái đoàn tìm kiếm với những chỉ dẫn chính xác để họ có thể dễ dàng tìm được ông. Ông được cha mẹ cho phép rời *Nepal* để đến Tây Tạng vào năm lên 7 tuổi, và được đức *Karmapa* công nhận là hóa thân đời thứ tám của vị *Shamar*.

Sau đó, *Palchen Chökyi Dhondrup* nhận được sự truyền thừa toàn bộ giáo pháp của dòng Karma Kagyu từ đức *Karmapa*, và cũng được học tập với vị *Treho* thứ ba là *Tendzin*

Dhargye, với *Goshir Dhönyö Nyingpo* và nhiều vị thầy khác nữa. Ông đã thực hiện những chuyến đi du hóa đến Trung Hoa và Nepal để truyền bá rộng rãi những giáo pháp mà ông đã học được cũng như làm lợi ích cho nhiều người. Ông viên tịch vào năm Thủy Tý (1732), khi được 37 tuổi. Ông là người đã truyền lại toàn bộ giáo pháp dòng *Karma Kagyu* cho đức *Karmapa* đời thứ mười hai: *Changchup Dorje*.

Trong số các đệ tử của đức *Karmapa* đời thứ mười một còn có các vị nổi tiếng khác như *Tewo Rinpoche, Karma Tendzin Thargye*...

Đại sư thứ mười hai:

CHANGCHUP DORJE (1703 - 1732)

Đại sư *Changchup Dorje* sinh năm 1703 ở gần *Yangtse*, tại *Kyile Tsaktor*, thuộc tỉnh *Derge*, miền đông Tây Tạng. Gia đình ngài vốn thuộc dòng dõi vua *Trisong Detsun* trước đây. Tuy vậy, vào lúc sinh ra ngài thì cha ngài là một người người chủ lò gốm. Không lâu trước khi ngài ra đời, người cha đã nhận được lời dự báo của đại sư *Yong-ge Mingur Dorje* rằng gia đình ông sắp có một điều lành trọng đại.

Khi mới được 2 tháng tuổi, một hôm đứa bé bỗng thốt ra thành lời: "*Ta là Karmapa.*" Sự kiện kỳ lạ này nhanh chóng được loan truyền khắp nơi. Vì thế, đại sư **Chökyi Dhöndrup** đã gửi ngay một phái đoàn đến để xác minh sự việc. Sau khi tìm đến nơi, phái đoàn này tin chắc rằng đứa bé mà họ gặp được chính là vị *Karmapa* tái sinh, và họ ngay lập tức đưa đứa bé đến gặp vị *Shamarpa*. Vị này tiếp xúc với đứa trẻ và tức thời có thể dựa vào những chỉ dẫn trong di thư của đức *Karmapa* để nhận ra đây chính là hóa thân tái sinh của ngài.

Vị *Karmapa* trẻ tuổi được học tập giáo pháp với nhiều bậc đạo sư xuất chúng. Những vị thầy đầu tiên của ngài là *Tsuglak Tenpi Nyingje*, *Situ Chokyi Jungnay* và *Nyenpa Tulku*.

Năm lên 7 tuổi, ngài được đưa đến *Karma Gön* để tiếp tục việc học. Sau đó, ngài đến tu viện ở *Kampo Gangra* để nỗ lực thực hành thiền định. Một thời gian sau ngài lại đi đến *Nangchen*, rồi đến *Tsurphu* để học tập các phần giáo pháp cao hơn.

Vào lúc này, người Mông Cổ tiến đánh miền trung Tây Tạng, các vị *Lapzang Khan*, *Minling Lotsawa Dharma Śrī*,

Padma Gyurme Gyaltsho và nhiều đạo sư khác của phái *Nyingma* (Ninh-mã) bị giết chết. Tình hình trở nên hỗn loạn, rối ren và kéo dài trong 4 năm, khiến cho các tu viện *Mindroling, Dorje Drag* và rất nhiều tu viện, chùa chiền khác bị hủy hoại. Nhiều thánh tích, tài sản, kho tàng bị cướp phá. Phải đợi đến khi đức *Đạt-lai Lạt-ma* thứ bảy là *Kelsang Gyatso* (1708-1757) từ tỉnh *Kham* trở về *Tsurphu* thì tình hình mới lắng dịu, quân Mông Cổ rút đi. Vào lúc này, ngài có đến viếng thăm đức *Đạt-lai Lạt-ma Kelsang Gyatso* và cúng dường một số phẩm vật.

Tại *Tsurphu*, ngài chia sẻ giáo pháp sâu xa của dòng *Karma Kagyu* với vị thầy nổi tiếng của phái *Nyingma* (Ninh-mã) là *Lạt-ma Katok Tsewang Norbu*, và vị này cũng chia sẻ với ngài những giáo pháp truyền thống của phái *Nyingma*.

Nhận thấy tình hình chính trị tại Tây Tạng vẫn còn nhiều rối ren, hỗn loạn, *Karmapa Changchup Dorje* đã lên đường sang Ấn Độ và *Nepal* để chiêm bái các thánh tích Phật giáo. Cùng đi với ngài có các vị *Shamar Rinpoche, Situ Rinpoche* và *Gyaltsap Rinpoche*. Khi đến *Kathmandu*, phái đoàn được vua *Jagajayamalla* vui mừng tiếp đón một cách long trọng và cung kính. Trong thời gian lưu lại *Nepal*, ngài có đến thăm viếng và lễ bái thánh tích *Yanglayshod*, nơi vị đạo sư *Liên Hoa Sinh (Padmasambhava)* đã thành tựu pháp môn thiền định *Kim cương trí*, dứt sạch mọi chướng ngại trên đường tu tập.

Vào lúc này, vị quốc vương đã khẩn khoản thỉnh cầu ngài ban phúc ngăn chặn một trận dịch bệnh đang hoành hành và cầu nguyện mưa xuống để chấm dứt một giai đoạn hạn hán nghiêm trọng. Ngài chấp nhận lời thỉnh cầu của vị quốc vương và đề nghị tất cả mọi người cùng quán tưởng về đức Bồ Tát Quán Thế Âm. Sau buổi quán tưởng, ngài thực hiện một lễ tẩy tịnh bằng cách dùng nước sạch rẩy lên hư không và quán tưởng nước ấy làm sạch cho cả vùng. Một trận mưa bỗng nhiên đổ xuống và nạn dịch cũng hoàn toàn chấm dứt. Quốc vương *Nepal* vui mừng tổ chức một buổi lễ trọng thể để cùng với tất cả quần thần và nhân dân bày tỏ lòng tôn kính đạo hạnh của ngài.

Khi sang đến Ấn Độ, ngài đã viếng thăm và lễ bái rất nhiều thánh tích mà trước đây đức Phật *Thích-ca* đã từng xuất hiện.

Trên đường trở về Tây Tạng, ngài nhận được một lời thỉnh cầu của hoàng đế Thế Tông (tức Ung Chính) nhà Thanh, mong được ngài đến giảng pháp tại Trung Hoa. Ngài chấp nhận lời thỉnh cầu nhưng không đi Trung Hoa ngay mà tiếp tục trở về *Tsurphu*.

Trước khi lên đường sang Trung Hoa, ngài dành một thời gian để ẩn cư tu tập thiền định. Sau đó, ngài viếng thăm thủ đô *Lhasa* và từ đó thực hiện một chuyến đi về miền nam Tây Tạng. Trong chuyến đi này, ngài truyền giảng giáo pháp cho rất nhiều đệ tử. Ngài cũng đã gặp được *Surmang Trungpa Rinpoche* và truyền thụ *Sáu pháp Du-già của Naropa* cùng với giáo pháp *Đại thủ ấn*. Sau đó, ngài giao quyền dẫn dắt phái *Karma Kagyu* cho đại sư *Situ Chokyi Jungnay* trong thời gian ngài vắng mặt, rồi lên đường sang Trung Hoa.

Chuyến đi Trung Hoa của ngài khởi đầu vào năm 1725, có vị *Shamar Rinpoche* tháp tùng. Khi đến tỉnh *Amdo*, ngài có tổ chức một buổi lễ long trọng để tất cả mọi người cùng nhau cầu nguyện cho hòa bình thế giới. Khi đi ngang qua hồ *Kokonor*, ngài cũng tổ chức một buổi lễ tương tự như vậy.

Sau khi đến Trung Hoa, ngài nỗ lực thực hiện việc truyền giảng giáo pháp ở nhiều nơi. Trên đường hoằng hóa, ngài luôn được các giới chức cầm quyền tại mỗi địa phương tiếp đón long trọng. Thông qua những buổi tiếp xúc với họ, ngài cố gắng truyền dạy tư tưởng bất bạo động và lòng từ bi, tôn trọng sự sống. Đối với một số Phật tử thuần thành, ngài cũng truyền dạy các pháp môn tu tập sâu xa hơn.

Năm 1732, ngài và những người cùng đi đến Lan Chu. Tại đây, ngài rằng biết thời điểm viên tịch đã đến gần nên gửi về cho vị *Tai Situpa* đời thứ tám là *Chokyi Jungney* một di thư, trong đó báo trước những chi tiết về sự tái sinh của ngài. Sau đó, ngài chấp nhận mắc bệnh đậu mùa và viên tịch vào ngày 30 tháng 10 năm Thủy Tý (1732). Vị *Sharma Rinpoche* cũng mắc bệnh sau ngài 2 ngày và rồi cũng viên tịch. *Chokyi Jungney* trở thành người kế thừa giáo pháp của ngài tại Tây Tạng.

Chokyi Jungney sinh năm Thổ Mão (1700) tại vùng *Derge*, thuộc tỉnh *Kham*, miền đông Tây Tạng. Ông cũng được biết đến với tên gọi là *Situ Panchen*.

Ông đã học tập với vị *Shamar* đời thứ tám là *Chökyi Dhöndrup* và đức *Karmapa* đời thứ mười hai là *Changchup Dorje* và nhận được sự truyền thừa toàn bộ giáo pháp của dòng *Karma Kagyu*. Ngoài ra, ông cũng từng nỗ lực học hỏi với nhiều bậc thầy khác, chẳng hạn như *Rikdzin Tsewang Norbu*.

Chökyi Jungney đã đến gặp đức *Karmapa* và *Shamar Chökyi Dhöndrup* khi họ đang trên đường đến Trung Hoa, vào khoảng năm 1725.

Ông là một trong số các học giả nổi tiếng đương thời tại Tây Tạng, và cũng là một bậc thầy uyên thâm về thiền định. Trong sự nghiệp hoằng pháp của ông có một thành tựu nổi bật nhất là khảo đính và đốc thúc việc khắc bản gỗ in các giáo pháp của dòng *Karma Kagyu* và *Tengyu* bằng tiếng Tây Tạng, dưới sự bảo trợ của đức vua xứ *Derge*. Đây là một ấn bản nổi tiếng, được cả thế giới biết đến với tên gọi là ấn bản

CHANGCHUP DORJE (1703 - 1732)

Derge, và được xem là những bản in chính xác nhất của các phần giáo pháp quan trọng trong truyền thống Tây Tạng.[1]

Hoạt động hoằng hóa của *Situ Panchen* phát triển mạnh mẽ và lan rộng. Ông đã khôi phục, tu sửa và xây dựng mới nhiều tu viện, trung tâm tu học ở khắp nơi trên đất nước Tây Tạng và xứ *Jang*.

Situ Panchen là người đã nhận biết và xác nhận hóa thân tái sinh lần thứ mười ba của đức *Karmapa* và hóa thân tái sinh của *Shamar Rinpoche*. Chính ông đã truyền lại toàn bộ giáo pháp của dòng *Karma Kagyu* cho vị *Karmapa* đời thứ mười ba: *Düdul Dorje*. Ông viên tịch vào năm 1774, khi được 74 tuổi.

---

[1] Trích từ sách "Kam tshang yab sras dang dpal spungs dgon pa" của Karma Gyaltsen, ấn bản Szechwan, các trang 85 - 88 và 167 - 214.

Đại sư thứ mười ba:
DÜDUL DORJE (1733 - 1797)

Đại sư *Düdul Dorje* sinh vào tháng 8 năm Thủy Ngưu (1733) tại làng *Chaba Drony* ở *Nyen Chawatrong* thuộc miền nam Tây Tạng. Ngay khi ngài vừa sinh ra, *Kathok Rigdzin Tsewang Norbu* nhìn thấy một linh ảnh trong khi nhập định, qua đó ông thấy rõ nơi vị *Karmapa* tái sinh.

Ngay khi vừa lớn lên, đứa bé đã làm cho tất cả mọi người kinh ngạc khi kể lại một cách chi tiết những gì đã xảy ra trong đời sống trước đây. Tin đồn về hóa thân của vị *Karmapa* lập tức lan truyền khắp nơi, và *Tai Situpa Chökyi Jungney* đã tìm được đứa bé một cách khá dễ dàng. Theo đúng những chỉ dẫn trong di thư của đức *Karmapa* đời thứ 12, vị này xác nhận đứa bé này chính là hóa thân tái sinh của đức *Karmapa*.

Đứa trẻ được đưa về *Tsurphu* vào năm 4 tuổi. Lễ đăng quang được tổ chức bởi đại sư *Goshir Gyaltsab Rinpoche* để chính thức công nhận đây là vị *Karmapa* đời thứ mười ba. *Düdul Dorje* được trao cho chiếc vương miện màu đen truyền thống của dòng *Karma Kagyu*. Đức Đạt-lai Lạt-ma đời thứ bảy là *Kelsang Gyatso* cùng với vị Thủ tướng đương nhiệm của chính quyền Tây Tạng là *Pholha Sonam Thobjay* đều gửi lời chúc mừng đến vị *Karmapa* vừa chính thức nhận cương vị đứng đầu phái *Karma Kagyu*.

Năm lên 8 tuổi, vị *Karmapa* đã được vị thầy dạy chính là *Tai Situpa Chokyi Jungnay* truyền thụ toàn bộ giáo pháp của dòng *Karma Kagyu*. Ngài cũng học tập với nhiều bậc thầy siêu việt khác của cả hai phái *Nyingma* (Ninh-mã) và *Karma Kagyu*, chẳng hạn như *Kathok Rigdzin Tsewang Norbu*, *Karma Kagyu Trinley Shingta, Pawo Tsuklak Gawa*...

Năm 14 tuổi, ngài thọ giới *sa-di* với *Situ Rinpoche* tại *Tsurphu*. Lễ truyền giới được tổ chức trước pho tượng Phật *Thích-ca* do chính đức *Karmapa* đời thứ hai là *Karma Pakshi* đã kiến tạo trước đây. Việc học tập của ngài được tiếp tục cho đến khi ngài trở thành một bậc đạo sư uyên bác về hết thảy mọi phần giáo pháp khác nhau.

Ngài thọ giới *tỳ-kheo* vào năm 21 tuổi, do *Situ Rinpoche* làm vị thầy truyền giới. Sau đó, ngài nỗ lực thực hành *Sáu pháp Du-già của Naropa* và giáo pháp *Đại thủ ấn*. Trong sự tu tập của ngài, những tính cách của một vị học giả và một bậc thầy thiền định được phối hợp hài hòa và mãnh liệt, tạo nên sức mạnh tự nhiên của lòng đại bi mở rộng đến khắp muôn loài. Ngài thực sự thương yêu các loài thú vật, chim chóc, và có thể làm cho chúng cảm nhận được sự thương yêu đó. Các loài vật khác nhau thường tụ tập đến một cách đông đảo chung quanh những nơi ngài tu tập thiền định.

Có một lần ngôi đền *Jo-kang* ở *Lhasa*, nơi có pho tượng *Jo-wo* nổi tiếng, bị đe dọa bởi nước từ sông *Tsangpo* dâng lên rất nhanh. Trước đây, vị *Guru Rinpoche* đã thấy trước việc này và để lại một lời dự báo, trong đó nói rằng chỉ có đức *Karmapa* mới có đủ khả năng ngăn chặn trận lụt này, vì nó thực sự gây ra bởi sức mạnh của Long vương (**Nāga**).

Vì thế, giới chức chính quyền ở *Lhasa* đã gửi lời thỉnh cầu ngài lập tức đến *Lhasa* để cứu nguy. Vào lúc ấy, ngài đang ở *Tsurphu* và biết rằng không thể nào đến *Lhasa* kịp thời để ngăn chặn trận lụt. Ngài liền viết một lá thư và chú nguyện vào đó với tâm đại bi của Bồ Tát Quán Thế Âm, rồi đốt lá thư để gửi đến cho Long vương. Sau đó, ngài mới lên đường đến *Lhasa*. Khi ngài đến nơi thì quả nhiên là nước lụt đã rút đi từ trước đó. Ngài đến viếng đền *Jokhang* để xác định là pho tượng *Jowo* vẫn còn nguyên vẹn không hư hại. Trong dịp này, ngài ban cho pho tượng một chiếc khăn quàng trắng (*kata*).

DÜDUL DORJE (1733 - 1797)

Tương truyền pho tượng đã đưa tay ra để đón nhận, và tư thế thay đổi này vẫn còn giữ nguyên cho đến nay.

Một lần khác, đức *Karmapa Dudul Dorjé* được thỉnh cầu ban phúc cho một tu viện ở *Powo Gyaldzong* thuộc miền đông nam Tây Tạng, cách *Tsurphu* một quãng đường rất xa. Ngài nhận lời nhưng vẫn ở yên tại *Tsurphu* và vào đúng ngày làm lễ cầu phúc của tu viện, ngài ban phúc cho tu viện ấy bằng cách ném lên không trung những hạt gạo đã có sự chú nguyện của ngài. Tại tu viện ở *Powo Gyaldzong* xa xôi kia, mọi người đều nhìn thấy rõ những hạt gạo ban phúc của ngài rơi xuống từ giữa không trung.

Năm 1772, *Karmapa Düdul Dorje* và *Tai Situpa* đã cùng với *Kathok Rigdzin Tsewang Norbu* phát hiện hóa thân tái sinh của vị *Shamar* đời thứ mười là *Mipham Chödrup Gyatso*, người em trai của đức *Ban-thiền Lạt-ma* đời thứ tư, *Palden Yeshe*.

Năm 1774, trong khi thiền định ngài nhìn thấy một linh ảnh và biết rằng hóa thân mới của vị *Situ* vừa được sinh ra. Ngài cử một phái đoàn tìm kiếm đến nơi ngài đã biết, và với những chỉ dẫn của ngài họ tìm được hóa thân của vị *Situ*. Ngài đã tổ chức một buổi lễ để chính thức công nhận vị *Situ* mới là *Pema Nyingche Wangpo*. Vị này về sau chính là người được chọn để nối tiếp truyền thống *Karma Kagyu*.

Đức *Karmapa* đời thứ mười ba có một nếp sống cực kỳ giản dị. Mặc dù ngài thường xuyên nhận được những khoản cúng dường lớn lao, kể cả vàng bạc và nhiều tài sản quý giá khác, nhưng bao giờ ngài cũng phân phát tất cả những thứ ấy cho người nghèo khổ hoặc dành để hỗ trợ cho việc in ấn, phát hành kinh điển.

Ngài viên tịch vào năm 1797, sau khi để lại một di thư nói rõ những chi tiết về sự tái sinh sắp tới. Sau lễ hỏa táng, các đệ tử thu thập *xá-lợi* của ngài để thờ phụng trong một ngôi tháp bằng bạc tại *Tsurphu*. Họ cũng đúc một pho tượng bạc phỏng theo chân dung ngài để thờ phụng. Trong số các đệ tử của ngài có những vị nổi bật nhất là *Pema Nyinje Wangpo, Sangye Nyenpa Tulku, Pawo Tsuglak Chogyal, Khamtrul Jigme Senge, Ladakhi, Drukchen Kunzig Chokyi Nangwa, Hemi Gyalsay* ...

Situpa Wangpo Pema Nyinchey được chọn làm người kế thừa giáo pháp của ngài. Tuy nhiên, vị này còn phải trải qua một thời gian tiếp tục học tập với bậc thầy là *Mipham Chödrub Gyatso*.

Mipham Chödrub Gyatso sinh năm 1742 tại *Tashi Tse* ở vùng *Tsang* thuộc miền trung Tây Tạng. Ông là em trai đức *Ban-thiền Lạt-ma* đời thứ tư *Lobsang Palden Yeshe* ở chùa *Tashi Lhunpo*. Ông được đức *Karmapa* đời thứ mười ba cùng với vị *Situ Chökyi Jungne* phát hiện và công nhận là hóa thân tái sinh lần thứ mười của vị *Shamar*.

Ông đã học hỏi và nghiên cứu giáo pháp trong nhiều năm với *Situ Chökyi Jungney* cũng như với *Pawo Tsuklak Gawa* và *Rikdzin Tsewang Norbu*. Vì thế, ông trở thành một vị học giả uyên bác cũng như một bậc thầy uyên thâm về thiền định.

Ông đã đến *Nepal* vào những năm thập niên 1780. Tại đây, ông tiếp tục thực hành những hạnh nguyện của một vị Bồ Tát. Ông tổ chức việc tu sửa ngôi tháp *Swayambhu*, một thánh tích nổi tiếng, cũng như giúp đỡ cho rất nhiều tăng sinh đang học tập ở *Nepal* và Tây Tạng.

Ông viên tịch vào năm 1793 tại *Nepal*, ở một nơi gần ngôi tháp *Boudhanath*. Một trong những công việc quan trọng nhất mà ông đã thực hiện được là truyền thụ toàn bộ giáo pháp của dòng *Karma Kagyu* cho người kế thừa của đức *Karmapa* đời thứ mười ba là vị *Situ* đời thứ chín, *Pema Nyinje Wangpo*.

DÜDUL DORJE (1733 - 1797)

Pema Nyinje Wangpo sinh vào năm Mộc Ngọ (1774) tại *Yilhung* thuộc miền đông Tây tạng. Ông được đức *Karmapa* đời thứ mười ba phát hiện và xác nhận là hóa thân đời thứ chín của vị *Situ Rinpoche*, với sự trợ giúp của các vị *Shamar Chödrup Gyatso* và *Pawo Tsuklak Gawa*. Trước đây, đại sư *Liên Hoa Sinh* (*Padmasambhava*) đã có lời dự báo về sự tái sinh này.

Ông học tập và nghiên cứu, thực hành giáo pháp với nhiều bậc thầy nổi tiếng, đặc biệt là với đức *Karmapa* đời thứ mười ba và vị *Shamar* đời thứ mười. Sau đó, ông trở thành một học giả uyên bác và một bậc thầy về thiền định.

Sự nghiệp hoằng pháp của ông lan rộng khắp đất nước Tây Tạng. Ông đã thành lập nhiều trung tâm tu học và tự mình giảng dạy, truyền bá rộng rãi giáo pháp của dòng *Karma Kagyu*. Ông cũng khuyến khích và khơi dậy truyền thống tu tập thiền định theo phương pháp của dòng *Karma Kagyu*. Ông cũng trước tác nhiều tác phẩm giá trị để hướng dẫn người tu học. Các tác phẩm này được truyền lại trong ba tuyển tập.

Sau khi nhận được sự truyền thừa toàn bộ giáo pháp truyền thống của dòng *Karma Kagyu*, ông trở thành thầy dạy chính của đức *Karmapa* đời thứ mười bốn là *Thekchok Dorje*. Ông đã truyền lại toàn bộ giáo pháp của dòng *Karma Kagyu* cho đức *Karmapa Thekchok Dorje*. Ông cũng có một đệ tử kiệt xuất khác nữa là *Jamgon Kongtrul Lodro Thaye*. Ông viên tịch vào năm 1853.

Đại sư thứ mười bốn:

THEKCHOK DORJE (1798 - 1868)

Đại sư *Theckchok Dorje* sinh vào năm Hỏa Tỵ (1798) tại làng *Danang*, vùng *Salmo Gang* ở tỉnh *Kham*, thuộc miền đông Tây Tạng. Ngài sinh ra vào khoảng giữa mùa đông, nhưng bỗng nhiên các loài hoa quanh vùng đều nở rộ, và người ta nhìn thấy những móng cầu vồng bảy sắc xuất hiện trên bầu trời. Và điều kỳ lạ hơn là đứa bé vừa sinh ra đã có thể phát âm được những chữ cái trong tiếng *Sanskrit*.

Tin đồn loan ra khắp nơi về một em bé sinh ra với những điềm lành kỳ dị, và không bao lâu đã đến tai đại sư *Drukchen Kunzig Chokyi Nangwa*, người đang nắm giữ bức di thư của đức *Karmapa* đời thứ mười ba, trong đó nói rõ các chi tiết về sự tái sinh của ngài. *Chokyi Nangwa* liền cử ngay một phái đoàn tìm kiếm đến tỉnh *Kham*. Tại *Salmo Gang*, họ gặp hai phái đoàn khác do *Situ Rinpoche* và *Gyaltshap Rinpoche* cử đến, cũng với mục đích tìm kiếm hóa thân tái sinh của đức *Karmapa*. Mọi người cùng tìm gặp được đứa bé và sau đó họ đều tin chắc rằng đây chính là hóa thân tái sinh của đức *Karmapa*. Với sự cho phép của cha mẹ, đứa bé được đưa về tu viện *Ogmin*.

Tại đây, vị *Tai Situpa* đời thứ chín là *Pema Nyinje Wangpo* căn cứ theo di thư của đức *Karmapa* đời thứ mười ba để xác nhận em bé chính là hóa thân đời thứ mười bốn của đức *Karmapa*. Ngài tổ chức một buổi lễ chính thức công nhận hóa thân của đức *Karmapa*, và cũng đồng thời truyền giới *sa-di* cho em bé.

Đức *Karmapa* nhận được sự truyền dạy giáo pháp từ cả hai vị *Pema Nyinche Wangpo* và *Drukchen Kunzig Chokyi Nangwa*. Ngài được học giáo pháp truyền thống của dòng

Karma Kagyu và cả những giáo pháp của phái *Nyingma* (Ninh-mã).

Sau buổi lễ đăng quang chính thức để nhận vương miện kim cương màu đen và trở thành vị *Karmapa* đời thứ mười bốn, *Theckchok Dorje* rời tu viện *Ogmin* để đi đến *Tsurphu* và tiếp tục những chương trình học cao hơn.

Năm 19 tuổi, ngài thọ giới *tỳ-kheo* với *Situ Rinpoche* và *Drukchen Chokyi Nangwa* để chính thức trở thành một vị tăng sĩ. Vào lúc này ngài đã có nhiều hoạt động hoằng pháp đáng kể như trùng tu, sửa chữa các tu viện và chùa tháp trong vùng.

Đức *Karmapa Theckchok Dorje* sống một cuộc sống hết sức đơn giản và có thể xem là khuôn mẫu lý tưởng cho tất cả tăng sĩ. Ngài có năng khiếu thi ca bẩm sinh và tài biện luận xuất chúng. Ngài cũng tinh thông trong các ngành điêu khắc, thủ công mỹ nghệ và cả nghệ thuật đúc kim loại.

Ngài tham gia tích cực vào phong trào *Ri-me*, một phong trào kêu gọi sự chấn hưng Phật giáo Tây Tạng thông qua việc xóa bỏ mọi ranh giới ngăn cách giữa các tông phái khác nhau, nhờ đó mà các học giả lớn của mỗi tông phái bắt đầu có sự quan tâm học hỏi và chia sẻ những truyền thống tốt đẹp và giáo pháp của các tông phái khác. Phong trào này được khởi xướng từ tỉnh Kham và nhanh chóng lan rộng khắp nơi, với sự tham gia hưởng ứng của nhiều bậc thầy thuộc các tông phái khác nhau. Ngoài các học giả và các bậc thầy thiền định, phong trào này cũng cuốn hút cả những người Phật tử thuộc các ngành nghề khác nhau.

Sự giao lưu theo phong trào chấn hưng này đặc biệt phát triển rất mạnh mẽ giữa hai truyền thống *Karma Kagyu* và *Nyingma* (Ninh-mã), khi đức *Karmapa Thekchok Dorje* truyền dạy giáo pháp cho *Jamgon Kongtrul Rinpoche* và *Jamyang Chentse Wangpo* của phái *Nyingma* và nhận được

THEKCHOK DORJE (1798 - 1868)

sự chỉ dạy của vị đạo sư *Chogyur Lingpa* về các *Tan-tra* quý giá của phái này. Đạo sư *Chogyur Lingpa* là người đã có lần nhìn thấy trước các hóa thân *Karmapa* cho đến tận đời thứ hai mươi mốt.

Đức *Karmapa Thekchok Dorje* đi khắp mọi nơi trên đất nước Tây Tạng để truyền dạy rộng rãi giáo pháp. Năm 1860, ngài du hóa qua địa phận tỉnh Kham và nhận biết được hóa thân đời thứ mười của vị *Situ* là *Pema Kunzang* ở tu viện *Palpung*. Ngài đã công nhận và tổ chức lễ đăng quang chính thức cho vị *Situ* này. Cũng tại nơi đây, ngài truyền dạy giáo pháp cho *Jamgon Kongtrul* **Lodrö Thaye**. Khi ngài trở về *Tsurphu*, vị này vẫn tiếp tục theo học một cách chuyên cần. Một thời gian ngắn trước khi đức *Karmapa* viên tịch, *Jamgon Kongtrul* **Lodrö Thaye** nhận được sự truyền thừa toàn bộ giáo pháp truyền thống của dòng *Karma Kagyu*.

Đức *Karmapa Thekchok Dorje* viên tịch vào năm 1868, khi được 70 tuổi. Ngài để lại một di thư nói rõ chi tiết về lần tái sinh sắp tới của mình.

Người kế thừa giáo pháp của đức *Karmapa* đời thứ mười bốn là đại sư *Jamgon Kongtrul* **Lodrö Thaye**, một bậc thầy vĩ đại trong phong trào *Ri-me*, và cũng là một tác giả để lại nhiều tác phẩm quan trọng.

Đại sư *Jamgon Kongtrul* **Lodrö Thaye** sinh năm 1813 tại làng *Rong-gyap* ở *Derge*, miền đông Tây Tạng. Sự ra đời của đại sư đã được đức Phật *Thích-ca* dự báo trước trong kinh *Tam-muội vương* (*Samadhiraja-sūtra*) và ngài Liên Hoa Sinh (*Padmasambhava*) cũng nhiều lần nhắc đến trong các phần giáo pháp bí truyền (*Terma*) của ngài.

Đại sư *Jamgon Kongtrul* **Lodrö Thaye** nghiên cứu và tinh thông giáo pháp của đức Phật nói chung, và giáo pháp Mật tông nói riêng. Ngài cũng am tường cả giáo lý của đạo *Bon*, một tôn giáo cổ xưa của Tây Tạng.

Trong số rất nhiều bậc thầy mà đại sư *Jamgon Kongtrul Lodrö Thaye* theo học, những vị quan trọng nhất là đức *Karmapa* đời thứ mười bốn, *Situ Pema Nyinje Wangpo*, và đại sư *Khyentse*. Ngài không chỉ là một trong các bậc thầy vĩ đại nắm giữ truyền thống của phái *Karma Kagyu* mà còn là người nắm vững toàn bộ giáo pháp bốn trường phái lớn của Phật giáo Tây Tạng.

Lodrö Thaye là một trong những tên tuổi nổi bật nhất của phong trào chấn hưng Phật giáo có tên gọi là *Ri-me* ở Tây Tạng, cùng với đại sư *Khyentse*.

Ngài là thầy dạy chính của đức *Karmapa* đời thứ mười lăm *Khakhyap Dorje*, chịu trách nhiệm trao truyền toàn bộ giáo pháp của dòng *Karma Kagyu* cho đức *Karmapa*. Ngài nổi tiếng là một bậc thầy vĩ đại, một học giả uyên bác, một nhà văn, nhà thơ, nhà điêu khắc, với hơn 100 tác phẩm để lại thuộc đủ mọi thể loại. Trong số này, được biết đến nhiều nhất là bộ luận văn về *Năm kho tàng*, gồm có *Kho tàng các chân ngôn của dòng Karma Kagyu*, *Kho tàng các chỉ dẫn cương yếu*, *Kho tàng các Mật pháp vô giá*, *Kho tàng Phật pháp vô lượng* và *Kho tàng tri thức*.

Đại sư *Jamgon Kongtrul Lodrö Thaye* viên tịch vào năm 1899 và luôn được tưởng nhớ đến cùng với các vị đệ tử kiệt xuất khác của đức *Karmapa* đời thứ mười bốn như *Jamyang Khyentse Wangpo, Dechen Chogyur Lingpa, Drukchen Mipham Chokyi Gyaltsho, Pawo Tsuglak Nyingche* ...

Đại sư thứ mười lăm:

KHAKHYAP DORJE (1871 - 1922)

Đại sư *Khakhyap Dorje* sinh năm 1871 tại làng *Sheikor* ở tỉnh *Tsang* thuộc miền trung Tây Tạng. Đứa bé sinh ra với chòm lông trắng mọc xoắn ở khoảng giữa hai lông mày. Đây là một trong 32 tướng tốt của một vị Phật,[1] như trước đây đức Phật *Thích-ca* đã từng có đủ.

Ngay khi sinh ra, người ta đã nghe đứa bé tụng đọc thần chú đại bi của đức Quán Thế Âm. Chi tiết kỳ lạ này được lan truyền ra khắp nơi và đứa bé nhanh chóng được nhận biết bởi các vị *Kyabgon Drukchen, Migyur Wanggi Gyalpo, Jamgon Kongtrul, Jamyang Khyentse Wangpo, Terchen Chokgyur Lingpa* và *Pawo Tsuklak Nyinchey*. Căn cứ vào những điều được nói rõ trong di thư của đức *Karmapa* đời thứ mười bốn, tất cả các vị đều thống nhất công nhận đứa bé khác thường này chính là hóa thân tái sinh lần thứ mười lăm của đức *Karmapa*. Mặc dù vậy, một buổi lễ long trọng cũng được cử hành dưới sự chủ trì của hai vị *Kyabgon Drukchen* và *Migyur Wanggi Gyalpo* để chính thức công nhận hóa thân mới của đức *Karmapa*.

Khakhyap Dorje nhận được một nền giáo dục toàn diện và mở rộng với nhiều vị học giả nổi tiếng, và cuối cùng được trao truyền toàn bộ giáo pháp truyền thống của dòng *Karma*

---

[1] Tướng tốt này được gọi tên là Bạch mao tướng (白毛相), tiếng Sanskrit là ūrṇā-keśa.

Kagyu từ đại sư *Jamgon Kongtrul Lodrö Thaye*. Bậc thầy vĩ đại này cũng truyền dạy cho ngài những phần tinh yếu của hàng trăm quyển luận giải mà ông đã soạn, bao gồm toàn bộ giáo pháp sâu xa của tất cả các truyền thống Phật giáo khác nhau ở Tây Tạng, cùng với những kiến thức sâu xa về các lãnh vực y học, hội họa, ngôn ngữ... Ngài cũng được học tập với nhiều bậc thầy khác nữa như đại học giả *Khenchen Tashi Ozer* ở chùa *Palpung*, hay vị *Pawo Rinpoche* đời thứ chín...

Trong tất cả các môn học, ngài luôn chứng tỏ là một người học trò chuyên cần và tinh tấn, luôn nỗ lực nghiên cứu học hỏi không mệt mỏi. Ngài cũng bày tỏ đức tin sâu xa từ rất sớm. Năm lên 8 tuổi, ngài lập một bàn thờ vị Đại hộ pháp *Mahakala* và tự mình làm một bài tụng để cầu nguyện với vị này.

Năm lên 10 tuổi (1881), ngài đến thăm đức *Đạt-lai Lạt-ma* thứ mười ba là *Tubten Gyatso* tại triều đình ở *Lhasa* khi vị này mới được 5 tuổi. Sau đó, ngài trở lại Tsurphu và bắt đầu theo học với vị đại học giả *Khenchen Tashi Ozer* ở chùa *Palpung*. Ngài nhận được ở vị này toàn bộ các kiến thức căn bản và chuyên sâu về cả Kinh, Luật và Luận. Sau đó, ngài được vị *Pawo Rinpoche* đời thứ chín dạy cho sáu bộ giáo pháp bí truyền (*Terma*) của *Rigdzin Jatson Nyingpo*.

Vào năm 1886, ngài đến học với đại sư *Jamgon Kongtrul Lodrö Thaye* ở chùa *Palpung*. Vị đại sư học giả này là học trò kiệt xuất của đức *Karmapa* đời thứ mười bốn, rất vui mừng khi được gặp hóa thân bậc thầy của mình. Ông đã làm lễ truyền pháp và chỉ dạy cho *Karmapa Khakhyap Dorje* bộ luận văn về *Năm kho tàng* do chính ông trước tác. Bộ luận văn đồ sộ này có đến hàng trăm quyển, trình bày đầy đủ về cả các phần giáo lý và thực hành của các truyền thống khác nhau được xét từ góc độ của các nhà cải cách trong phong trào chấn hưng, xóa bỏ đi mọi sự ngăn cách do thiên kiến hẹp

KHAKHYAP DORJE (1871 - 1922)

hồi. Những nghiên cứu học hỏi mang tính toàn diện này tạo ra một ảnh hưởng rất lớn trong sự nghiệp hoằng pháp của ngài về sau.

Sau thời gian học tập tại chùa *Palpung*, đức *Karmapa* đời thứ mười lăm lên đường du hóa đến chùa *Dzongsar*, một chùa lớn của phái *Śākya* (*Tát-ca*). Tại đây, ngài học tập với vị đại sư *Jamyang Khyentse Rinpoche*. Sau đó, khi viếng thăm ngôi chùa của phái *Drukpa Karma Kagyu* ở *Sang Ngag Choling*, ngài phát hiện và công nhận hóa thân tái sinh của vị *Drukchen* và tổ chức lễ truyền *Ngũ giới*.

Năm 1888, *Karmapa Khakhyap Dorje* trở lại chùa *Palpung* để tiếp tục theo học với *Jamgon Kongtrul Lodrö Thaye*. Từ đây, các ngành học của ngài được mở rộng và chuyên sâu, bao gồm các môn như Phạn văn (*Sanskrit*), giáo lý *Bát-nhã*, Luật tạng, Trung quán luận, Thắng pháp luận, *Di-lặc* ngũ luận[1]... Ngài cũng nghiên cứu thêm về các ngành thiên văn học, y học, nghệ thuật...

Sau đó, ngài lại đến *Dzongsar* để nhận lễ truyền pháp về các giáo pháp truyền thống của phái *Śākya* (*Tát-ca*) do đại sư *Khyentse Rinpoche* chủ trì. Khi trở lại *Palpung*, ngài được *Kongtrul Lodrö Thaye* truyền dạy các giáo pháp truyền thống của phái *Shanpa Karma Kagyu*. Ngài đã nỗ lực học tập và nghiên cứu suốt cả ngày đêm không lúc nào ngơi nghỉ.

Năm 1890, đức *Karmapa* đời thứ mười lăm xác nhận hóa thân tái sinh của vị *Situ Rinpoche* thứ bảy là *Pema Wangchok*

---

[1] Di-lặc ngũ luận: cũng gọi là Ngũ bộ đại luận, tương truyền do ngài Vô Trước soạn ra theo sự chỉ dạy của Bồ Tát Di-lặc, gồm có: 1. Du-già sư địa luận, 100 quyển, ngài Huyền Trang đời Đường dịch sang Hán văn; 2. Phân biệt du-già luận, chưa có người dịch. 3. Đại thừa trang nghiêm kinh luận, 13 quyển, ngài Ba-la-phả-mật-đa-la dịch sang Hán văn vào đời Đường; 4. Biện trung biên luận tụng, 1 quyển, ngài Huyền Trang đời Đường dịch sang Hán văn; 5. Kim cang bát-nhã luận, 2 quyển, ngài La-thập dịch sang Hán văn vào đời Tần.

Gyalpo. Vị này trở thành một trong các đệ tử thân cận nhất của ngài.

Ngài đã tiếp tục các hoạt động Phật sự cũng như truyền dạy giáo pháp ở khắp mọi nơi trên đất nước Tây Tạng. Ngài cũng thu thập được nhiều bản văn quý hiếm từ xưa để lại và tổ chức việc khắc bản in lại để lưu truyền.

Khakyab Dorje là vị *Karmapa* đầu tiên và duy nhất trong dòng *Karma Kagyu* chấp nhận việc lập gia đình. Ngài lấy vợ và có 3 người con trai. Một người trong số đó được công nhận là hóa thân tái sinh của *Jamgon Kongtrul Lodrö Thaye*. Cuộc đời ngài là tấm gương sáng ngời của một vị Bồ Tát với sự khao khát không ngừng học hỏi để giúp đỡ và mang lại lợi ích cho hết thảy mọi chúng sinh.

Trong số rất nhiều đệ tử của ngài, những vị thường xuyên gần gũi với ngài là *Tai Situ Pema Wangchok Gyalpo*, *Jamgon Kongtrul Palden Khyentse Öser* và *Beru Khyentse Lodro Mize Jampe Gocha*.

Khoảng vài năm trước khi viên tịch, ngài trao lại cho các đệ tử tất cả những bản văn quý giá mà ngài đã thu gom được trong suốt cuộc đời, bao gồm các trước tác của đại sư *Jamgon Kongtrul Lodrö Thaye* và của chính ngài, cùng với nhiều phần giáo pháp bí truyền do ngài phát hiện được tại xứ *Tsari*. Sau đó, ngài đến ẩn cư trong một hang động trên sườn núi gần tu viện *Tsurphu*.

Gần trước lúc viên tịch, đức *Karmapa* gọi vị thị giả là *Golok Gelong Jampal Tsultrim* đến và trao cho một túi vải nhỏ màu đỏ, được may kín lại cũng bằng chỉ đỏ. Ngài dặn dò: "Ta ban cho con linh phù hộ thân này, phải giữ gìn hết sức cẩn thận. Trong tương lai, khi nào con nhận được một tin vui đến từ tu viện *Palpung* thì hãy mở túi vải này ra."

KHAKHYAP DORJE (1871 - 1922)

Đức *Karmapa* đời thứ mười lăm viên tịch vào năm Thủy Tuất (1922). Người được chọn nối tiếp truyền thống *Karma Kagyu* trong lúc chờ đợi hóa thân tái sinh của ngài là *Pema Wangchok Gyalpo*.

Pema Wangchog Gyalpo sinh năm 1886 tại *Lithang*, miền đông Tây Tạng. Ông được đức *Karmapa* đời thứ mười lăm công nhận là hóa thân tái sinh lần thứ mười một của vị *Situ Rinpoche*.

Ông đã theo học với rất nhiều bậc thầy nổi tiếng đương thời, trong đó có cả các vị *Jamgon Kongtrul* **Lodrö Thaye** và *Khenchen Shenga Rinpoche*. Ông trở thành một học giả uyên bác và tinh thông kinh điển cũng như các truyền thống *Mật tông*.

Ông đã nhận được sự truyền thừa giáo pháp của dòng *Karma Kagyu* từ đức *Karmapa* đời thứ mười lăm, và xem ngài như vị thầy dạy chính của mình.

Situ Pema Wangchok viên tịch vào năm 1953. Công việc quan trọng nhất mà ông đã thực hiện được trong đời là phát hiện và công nhận hóa thân lần thứ mười sáu của đức *Karmapa*, và sau đó truyền dạy toàn bộ giáo pháp của dòng *Karma Kagyu* cho vị *Karmapa* này. Vì thế, ông là một trong hai vị thầy dạy quan trọng nhất của đức *Karmapa* đời thứ mười sáu. Vị thầy thứ hai là *Palden Khyentse* **Öser**, người đã truyền dạy cho đức *Karmapa* đời thứ mười sáu giáo pháp *Đại thủ ấn* (*Mahamudra*)

Palden Khyentse **Öser** sinh năm 1904 tại *Tsurphu*, là con trai của đức *Karmapa* đời thứ mười lăm. Năm 12 tuổi, ông được công nhận là hóa thân tái sinh lần thứ hai của *Jamgon Kongtrul* **Lodrö Thaye**.

Ông đã trải qua nhiều năm học tập ở *Tsadra Rinchen Trak*, trú xứ của vị *Jamgon Kongtrul* thứ nhất. Ông học hỏi với nhiều bậc thầy uyên bác và nhận được một nền tảng giáo dục toàn diện cũng như sự truyền thừa giáo pháp từ đức *Karmapa*.

Sau khi hoàn tất việc học, ông mở rộng hoạt động giáo hóa ra khắp nơi, mang lại lợi ích cho rất nhiều người ở cả Tây Tạng và Trung Hoa.

Palden Khyentse Öser là một trong các bậc thầy nổi tiếng về giáo pháp *Đại thủ ấn* (*Mahamudra*), và là người giữ cương vị truyền thụ giáo pháp này.

Ông viên tịch vào năm 1953. Trong cuộc đời hoằng pháp của mình, chính ông đã truyền thụ giáo pháp *Đại thủ ấn* (*Mahamudra*) cho đức *Karmapa* đời thứ mười sáu là *Rangjung Rikpe Dorje*.

Đại sư thứ mười sáu:

RANGJUNG RIKPE DORJE (1923 - 1981)

Đại sư *Rangjung Khyapdak Rigpe Dorje*, thường được biết với tên gọi là *Gyalwang Karmapa*, sinh ngày rằm tháng 6 năm Mộc Tý (1923) ở *Denkhok*, vùng *Derge*, thuộc tỉnh *Kham*, miền đông Tây Tạng, trong một gia đình thuộc dòng quý tộc *Athubsang*. Mẹ ngài là bà *Kalzang Chodron* đã được nhiều bậc thầy khác nhau ở *Derge* - trong đó có cả đại sư *Chokyi Dorje* trụ trì chùa *Dzok Chen* thuộc phái *Nyingma* (*Ninh-mã*) - dự báo là bà sẽ mang thai một vị Đại Bồ Tát. Vì thế, bà liền đến ở trong một hang động linh thiêng, nơi trước đây đức *Guru Rinpoche* đã từng cư ngụ. Bà ở lại đây để chờ đợi cho đến khi sinh nở.

Cùng đi với bà có một vị *Khenpo* để hướng dẫn thực hiện nghi lễ tẩy tịnh. Khi sắp đến ngày sinh, bào thai bỗng nhiên biến mất hoàn toàn khỏi bụng mẹ và người mẹ trở lại trạng thái bình thường như người không mang thai. Hiện tượng kỳ lạ này chấm dứt đúng một ngày sau đó, và người mẹ cảm thấy hết sức khoan khoái, dễ chịu trước khi sinh nở.

Việc sinh nở diễn ra rất dễ dàng. Những người có mặt ở đó đều nghe thấy đứa bé vừa sinh ra nói với mẹ rằng nó sẽ không ở lâu với bà. Kỳ lạ hơn nữa, ly nước mà người ta mang đến cho bà khi ấy bỗng hóa thành một ly sữa. Những diễn tiến kỳ lạ trên khiến cho người mẹ càng tin chắc rằng mình đã hạ sinh một đứa con rất phi thường.

Vào thời điểm này, vị *Tai Situ Pema Wangchok Gyalpo* trong khi thiền định nhìn thấy một linh ảnh về sự tái sinh của đức *Karmapa* đời thứ mười lăm. Để xác nhận lại những gì đã thấy, ông liền cho người đến tu viện *Tsurphu* để hỏi xem ai là người đang giữ di thư của đức *Karmapa*. Khi ấy,

133

mọi người mới nhớ lại là đức *Karmapa* đời thứ mười lăm đã không để lại di thư như tất cả các vị *Karmapa* trước đó đã từng làm. Các vị trưởng lão trong tu viện *Tsurphu* đã cho tìm kiếm trong tất cả các di vật để lại của ngài, hy vọng sẽ tìm ra một manh mối nào đó, nhưng tất cả đều thất vọng.

Trong khi tất cả các vị đệ tử của đức *Karmapa* đều lúng túng không biết làm sao xác định được sự tái sinh của ngài, họ liền cử những người đứng đầu tu viện *Tsurphu* và tu viện *Palpung* đến thỉnh cầu sự giúp đỡ của đức *Đạt-lai Lạt-ma* đời thứ mười ba là *Tubten Gyatso* trong việc tìm kiếm hóa thân tái sinh của đức *Karmapa*.

Sau khi nhập định quán sát, đức *Đạt-lai Lạt-ma* liền viết một thư phúc đáp gửi đến tu viện *Palpung*. Lá thư được đóng dấu và niêm kín, trong đó ngài mô tả những chi tiết có thể giúp các vị đệ tử tìm ra hóa thân tái sinh của đức *Karmapa*. Nhận được thư phúc đáp của đức *Đạt-lai Lạt-ma*, các vị ở tu viện *Palpung* hết sức vui mừng, liền lập tức thông báo tin vui này đến tu viện *Tsurphu*.

Khi tin mừng về sự giúp đỡ của đức *Đạt-lai Lạt-ma* được đưa từ *Palpung* đến *Tsurphu*, vị thị giả của đức *Karmapa* là *Golok Gelong Jampal Tsultrim* bỗng nhớ lại lời dặn dò của đức *Karmapa* trước lúc viên tịch. Ông liền lập tức mở túi vải màu đỏ khâu kín do đức *Karmapa* ban cho ngày trước ra. Bên trong quả nhiên là một bức di thư do chính tay đức *Karmapa* viết, mô tả chi tiết về sự tái sinh của ngài.

Jampal Tsultrim liền dâng bức di thư lên cho các vị trưởng lão của tu viện *Tsurphu*, và họ lập tức yêu cầu các vị *Tai Situpa, Beru Khyentse,* và *Jamgon Kontrul* tiến hành việc xác nhận. Kỳ diệu thay, các chi tiết trong bức di thư hoàn toàn trùng khớp với sự mô tả trong bức thư của đức *Đạt-lai Lạt-ma*, và cũng hoàn toàn phù hợp với những linh ảnh mà *Pema Wangchok Gyalpo* đã nhìn thấy.

RANGJUNG RIKPE DORJE (1923 - 1981)

Căn cứ vào những chi tiết này, một phái đoàn tìm kiếm lập tức được thành lập và lên đường tìm đến nơi đức *Karmapa* tái sinh. Ngay khi đến nơi, vị *Tai Situpa* đời thứ mười một là *Pema Wangchok Gyalpo* đã nhanh chóng nhận biết đứa trẻ chính là hóa thân tái sinh của đức *Karmapa*. Ông liền thỉnh cầu sự xác nhận của đức *Đạt-lai Lạt-ma*.

Vị *Karmapa* tái sinh trước hết được thọ giới *sa-di* với *Tai Situpa* và *Jamgon Kongtrul Rinpoche*, hai vị đệ tử xuất sắc của đức *Karmapa* đời thứ mười lăm. Sau đó, đức *Đạt-lai Lạt-ma* đời thứ mười ba là *Tubten Gyatso* cũng chính thức công nhận sự tái sinh này.

Karmapa Rangjung Rigpe Dorje vẫn ở lại *Derge* cho đến năm 8 tuổi. Khi ấy, người ta đã mang tất cả những lễ phục và cả chiếc vương miện kim cương màu đen của đức *Karmapa* đời thứ mười lăm từ *Tsurphu* đến cho ngài. Năm ấy, ngài chấp nhận lời mời của *Situ Rinpoche* và lên đường đến viếng thăm tu viện *Palpung*. Trên đường, ngài dừng lại ghé thăm và làm lễ ban phúc cho một nhà in của tu viện ở *Derge*. Tại đây, ngài đưa ra lời dự báo về một ấn bản kinh điển sẽ được ngài thực hiện tại Ấn Độ sau này.

Một buổi lễ đăng quang được vị *Tai Situpa* tổ chức để chính thức công nhận cương vị của ngài là *Karmapa* đời thứ mười sáu. Sau đó, vị *Tai Situpa* cùng đi với ngài đến *Tsurphu*, trụ sở của các vị *Karmapa* ở miền trung Tây Tạng. Tại đây, đức *Karmapa* được chào mừng bởi các vị *Goshir Gyaltsab Rinpoche*, *Jamgon Kongtrul Rinpoche* và *Nenang Pawo Rinpoche*.

Không bao lâu sau khi đến *Tsurphu*, đức *Karmapa* đời thứ mười sáu được đức *Đạt-lai Lạt-ma* đời thứ mười ba đón tiếp và chủ trì buổi lễ xuống tóc cho ngài. Trong khi thực hiện nghi lễ này, đức *Đạt-lai Lạt-ma* xác nhận là đã nhìn thấy vương miện kim cương màu đen tượng trưng cho trí tuệ, là

135

biểu tượng vẫn thường xuyên hiện hữu trên đầu của tất cả các vị *Karmapa*.

Sau buổi lễ này, đức *Karmapa* chính thức nhận cương vị của ngài tại *Tsurphu*. Lễ đăng quang lần thứ hai được chủ trì bởi vị *Tai Situpa* và người đứng đầu trường phái *Drukpa Karma Kagyu*. Ngài tiếp nhận sự truyền thừa toàn bộ giáo pháp của dòng *Karma Kagyu* từ các vị *Tai Situpa Pema Wangchok Gyalpo* và *Jamgon Kongtrul Palden Khyentse Öser*. Sau đó, ngài nghiên cứu các kinh văn *Mật tông* với đại sư *Gangkar Rinpoche* và *Khyentse Rinpoche*. Ngài nhận được sự truyền thừa giáo pháp *Đại thủ ấn* (*Mahamudra*) từ vị đại sư *Jamgon Kongtrul Palden Khyentse Öser*, và cũng nghiên cứu, học tập với rất nhiều bậc thầy nổi tiếng đương thời khác nữa.

Đức *Karmapa* đã đến thăm tu viện *Lithang Pangphuk*. Tại đây, ngài hiển thị quyền năng kỳ diệu của một vị *Karmapa* bằng cách để lại những dấu chân của ngài trên một tảng đá.

Năm 18 tuổi (1941), đức *Karmapa* trở lại *Tsurphu* và dành rất nhiều thời gian trong khoảng từ năm 1941 đến năm 1944 để sống ẩn cư. Mặc dù vậy, tu viện *Tsurphu* trong suốt giai đoạn này đã được mở rộng diện tích rất nhiều.

Đầu năm 1944, đức *Karmapa* bắt đầu củng cố mối quan hệ với các nước láng giềng theo Phật giáo trong vùng *Hy-mã-lạp* cũng như với Ấn Độ. Trong một chuyến hành hương đến miền nam Tây Tạng, đức *Karmapa* cũng chấp nhận lời mời của đức vua *Bhutan* là *Jigme Dorje Wangchuk* và đến thăm vương quốc *Bhutan*. Tại đây, ngài và những người cùng đi đã viếng thăm *Bumthang* ở miền bắc *Bhutan* và nhiều vùng khác. Đoàn đã tổ chức và tham gia rất nhiều hoạt động tín ngưỡng trong suốt thời gian này.

Năm 1945, ngài thọ giới *cụ túc* với vị *Tai Situpa* để chính thức trở thành một vị *tỳ-kheo*. Ngài cũng nhận được sự truyền dạy về những phần chuyên sâu hơn của giáo pháp dòng *Karma Kagyu* qua các buổi lễ truyền pháp. Ngài cũng được vị đại sư *Urgyen Rinpoche* truyền dạy cho toàn bộ giáo pháp của dòng *Nyingma*, được truyền lại bởi vị *Terton Chojur Lingpa*, người đã có những dự báo rất quan trọng về cuộc đời của các đức *Karmapa* sắp tới cho đến tận thế kỷ 21.

Năm 1947, đức *Karmapa* và phái đoàn của ngài lại hành hương đến *Nepal* và Ấn Độ. Tại Ấn Độ, ngài viếng thăm bang *Sikkim* ở vùng đông bắc Ấn Độ, trên sườn phía nam của dãy *Hy-mã-lạp sơn*. Cho đến thời điểm này, *Sikkim* vẫn còn là một vương quốc độc lập. Ngài cũng đến lễ bái ở nhiều thánh tích nơi đức Phật *Thích-ca* đã từng xuất hiện, như vườn *Lam-tỳ-ni* (*Lumbini*) ở *Nepal*, nơi đức Phật đản sinh; thành *Ba-la-nại* (*Benares*), nơi đức Phật lần đầu tiên chuyển pháp luân; và *Bồ-đề Đạo tràng* (*Bodhgaya*), nơi đức Phật thành đạo.

Sau khi đi xuyên qua vùng *Kinnaur* (thuộc bang *Himachal Pradesh*, miền bắc Ấn Độ) và *Purang* để viếng thăm núi *Kailas*,[1] đức *Karmapa* trở về tu viện *Tsurphu* ở Tây Tạng trong năm 1948.

Vào năm 1948, tại *Tsurphu* ngài nhận được những chỉ dạy cuối cùng về giáo pháp truyền thống của dòng *Karma Kagyu* từ hai vị đạo sư: vị *Palpung Kongtrul* đời thứ hai và vị *Tai Situpa* đời thứ mười một. Cho đến lúc này, việc học tập giáo pháp của ngài xem như hoàn tất, không chỉ là giáo pháp của dòng *Karma Kagyu*, mà còn là của các dòng *Sakya* (*Tát-ca*) và *Nyingma* (*Ninh-mã*). Trong thực tế, vào năm 1953 chính ngài đã giảng dạy giáo pháp của *Terton Chojur Lingpa* (dòng *Nyingma*) cho *Mindroling Rinpoche*, người đứng đầu dòng *Nyingma* và là một trong bốn vị *Đại Lạt-ma* của Tây Tạng.

---

[1] Núi Kailas nằm về phía tây nam của Tây Tạng, cao đến 6.714 mét, được người Tây Tạng xem như là núi Tu-di của thế giới này. Ngọn núi này là một trong các điểm hành hương được nhiều người Tây Tạng tìm đến.

Năm 1954, đức *Karmapa* cùng với đức *Đạt-lai Lạt-ma* đời thứ 14 là *Tenzin Gyatso* và nhiều vị *Lạt-ma* cao cấp khác cùng viếng thăm Trung Hoa. Trên đường từ Trung Hoa trở về Tây Tạng, ngài dừng lại ở nhiều nơi để viếng thăm các tu viện ở miền đông Tây Tạng. Cũng trong chuyến đi này, qua một linh ảnh nhìn thấy trong thiền định, ngài nhận biết được vị *Tai Situpa* thầy dạy của mình viên tịch trong năm 1952 đã tái sinh. Ngài liền gửi những thông tin chỉ dẫn đến tu viện *Palpung* để yêu cầu tìm kiếm. Theo đúng những chỉ dẫn của ngài, người ta đã tìm được đứa trẻ tái sinh, hoàn toàn phù hợp với những gì ngài nhìn thấy trong thiền định. Trên đường trở về *Tsurphu*, ngài đã dừng lại để tổ chức lễ đăng quang cho vị *Tai Situpa* tái sinh này tại tu viện *Palpung*.

Năm 1956, đức *Karmapa* cùng với một phái đoàn cùng đi đã đến *Sikkim* và từ đó tiếp tục một cuộc hành hương. Ngài cùng với đức *Đạt-lai Lạt-ma* và đức *Ban-thiền Lạt-ma* đến Ấn Độ theo lời mời của *Hội Phật giáo Đại Bồ-đề* (*Mahabodhi Society*) ở Ấn Độ để tham gia Đại lễ kỷ niệm 2.500 năm ngày đức Phật thành đạo (*Buddha Jayanti*). Trong chuyến đi này, đức *Karmapa* và phái đoàn lại một lần nữa ghé thăm các thánh tích ở Ấn Độ để chiêm ngưỡng và lễ bái.

Cũng trong chuyến đi này, đức *Karmapa* củng cố mối quan hệ với các đệ tử của ngài là *Tashi Namgyal*, đức vua xứ *Sikkim*, và *Ashi Wangmo*, công chúa xứ *Bhutan*. Đức vua *Sikkim* mời ngài đến thăm *Rumtek*, một tu viện ở *Sikkim* được đức *Karmapa* đời thứ chín thành lập vào cuối thế kỷ 16. Ngài không nhận lời mời, nhưng hứa rằng sẽ đến đó trong tương lai vào một lúc thích hợp.

Đầu năm 1957, dân chúng đổ xô kéo về miền trung Tây Tạng để tỵ nạn. Một số đệ tử lớn của dòng *Karma Kagyu* cũng có mặt trong số người di cư tỵ nạn, như các vị *Sangye Nyenpa Ripoche*, *Situ Rinpoche*, *Talep Rinpoche*... Ngay trong giai đoạn rối rắm này, đức *Karmapa* phát hiện và công nhận hóa thân tái sinh của các vị *Gyaltsab Rinpoche, Palpung Jamgon Kongtrul* và *Drongsar Chentse*. Tu viện trung tâm *Tsurphu* trở thành nơi lánh nạn của các vị *Tulku* trẻ tuổi của dòng *Karma Kagyu* từ miền đông Tây Tạng tìm về. Bất chấp những khó khăn do tình hình chiến sự gây ra, đức *Karmapa* xem các vị này là trụ cột tương lai của dòng *Karma Kagyu* nên vẫn dành rất nhiều sự quan tâm chăm sóc và đào tạo cho các vị.

Khi chiến tranh diễn ra ngày càng khốc liệt hơn và gây thiệt hại nặng nề cho các tu viện cũng như đời sống tu tập tại Tây Tạng, ngài bắt đầu nghĩ đến những giải pháp để bảo toàn truyền thống tu tập của tông phái. Ngài đưa các vị *Sangye Nyenpa Ripoche, Situ Rinpoche* và *Kalu Rinpoche* sang *Bhutan*. *Palpung Jamgon Kongtrul* được đưa sang Ấn Độ. Và vào đầu năm 1959, ngài thông báo với đức *Đạt-lai Lạt-ma* rằng chính ngài cũng sẽ rời khỏi Tây Tạng nhằm mục đích bảo toàn Phật pháp.

Sau đó, đức *Karmapa* rời khỏi *Tsurphu* cùng với một phái đoàn tháp tùng đông đảo, khoảng 150 người gồm cả tăng sĩ và cư sĩ, trong đó bao gồm tất cả những vị *Tulku* có nhiều năng lực nhất. Đoàn người ra đi mang theo những thánh tượng, *xá-lợi* và những thánh vật khác do các vị *Karmapa* truyền lại và nhanh chóng tìm đường ra khỏi Tây Tạng. Mọi kế hoạch chi tiết của chuyến đi đã được người trợ lý chính của ngài là *Dhamchoe Yondu* dự tính kỹ lưỡng. Lịch trình chuyến đi được tính toán để cả đoàn sẽ đến được *Bhutan* mà không quá vất vả.

Dù vậy, đó là một chuyến đi để lại nhiều ấn tượng đáng kinh ngạc trong lòng mọi người và thực sự không dễ dàng. Trước hết, cả đoàn đã đi băng qua vùng phía nam của *Lodrak*, nơi các vị đạo sư *Marpa* và *Milarepa* đã sáng lập tông phái truyền thống mà họ đang tiếp bước. Tại đây cũng hiện hữu ngôi tháp chín tầng được xây một cách cực kỳ công phu và tỉ mỉ bởi duy nhất một mình ngài *Milarepa*, như một sự thử thách niềm tin của ngài đối với bậc đạo sư của mình. Gần 9 thế kỷ đã trôi qua nhưng ngôi tháp vẫn trơ trơ đứng đó như một sự thách thức với thời gian.

Khi cả đoàn sắp đến một sườn núi có độ cao 6.000 mét nằm ở biên giới Tây Tạng và *Bhutan*, hầu hết mọi người đều mệt mỏi và muốn dừng lại nghỉ ngơi trước khi vượt đèo. Nhưng đức *Karmapa* thúc giục họ tiếp tục đi, và nhất định phải vượt qua khỏi đèo ngay trong ngày hôm ấy. Mặc dù mệt mỏi, tất cả mọi người đều vâng lời ngài, và họ đã qua khỏi đèo trước khi trời tối.

Ngay khi đêm vừa xuống, một cơn bão tuyết ập đến và con đường lên đèo bị lấp kín. Bên kia đèo, về hướng Tây Tạng, một đoàn quân đuổi theo họ đã phải dừng lại vì không thể vượt qua bão tuyết. Cả đoàn người không hề hay biết rằng họ đang bị đuổi bắt lại, nhưng quyết định sáng suốt của đức *Karmapa* đã giúp họ vượt thoát.

Như vậy là, sau chuyến đi kéo dài ba tuần lễ, đoàn người đã an toàn đến được miền bắc *Bhutan* và được đón tiếp long trọng bởi nhiều quan chức cao cấp của chính phủ *Bhutan* cùng với vị công chúa *Bhutan* là *Ashi Wangmo* mà lúc này đã xuất gia thành một vị *tỳ-kheo* ni. Cũng tại đây, hai vị *Tai Situpa* và *Kalu Rinpoche* đã tìm đến để gia nhập vào đoàn.

Nhà vua *Sikkim* thỉnh cầu đức *Karmapa* đặt trụ sở chính của ngài tại *Sikkim*, và 2 tháng sau khi đến *Bhutan* thì đoàn của ngài đã rời *Bhutan* đến vùng *Gangtok* của *Sikkim*.

Trong số rất nhiều địa điểm được đức vua *Tashi Namgyal* của *Sikkim* đề nghị, đức *Karmapa* đã chọn *Rumtek*. Ngài tuyên bố rằng *Rumtek* sẽ là trụ sở chính của ngài ở ngoài nước, mặc dù ngài vẫn hy vọng là có một ngày sẽ được trở về Tây Tạng.

RANGJUNG RIKPE DORJE (1923 - 1981)

Đức *Karmapa* và đoàn tùy tùng rời *Gangtok* đi *Rumtek* ngay sau khi đức vua *Sikkim* chấp thuận việc ngài sẽ cư trú tại *Rumtek*. Mặc dù tu viện tại *Rumtek* đã được đức *Karmapa* đời thứ chín xây dựng từ nhiều thế kỷ trước đây, nhưng đến năm 1959 thì tất cả hầu như đã đổ nát. Dân cư quanh vùng *Rumtek* cũng còn chưa phát triển và không có đủ những điều kiện cần thiết cho sự lưu trú của đức *Karmapa* cùng với đoàn người đi theo ngài. Đức *Karmapa* và các vị đạo sư cùng với mọi người phải sống trong những căn lều tạm. Trong thời gian đó, đức *Karmapa* cố gắng tìm kiếm những nguồn tài trợ để có thể bắt đầu xây dựng lại tu viện cũng như có thể đảm bảo điều kiện sống cho những người đi theo ngài.

Năm 1963, công việc xây dựng tu viện mới với tên gọi *Shedrub Chokhor Ling* được bắt đầu. Viên đá đầu tiên được đặt xuống công trình xây dựng này bởi chính tay đức vua mới lên ngôi của *Sikkim* là *Palden Thondup Namgyal*. Vị trợ lý chính của đức *Karmapa* là *Dhamchoe Yongdu* chịu trách nhiệm điều hành công việc và kinh phí xây dựng chủ yếu dựa vào sự cúng dường của hoàng gia *Sikkim*. Sau đó, khi đức *Karmapa* gặp gỡ Thủ tướng *Pandit Nehru* của Ấn Độ thì chính phủ Ấn Độ quyết định dành một khoản tài trợ cho công việc xây dựng tại *Rumtek* là 1,4 triệu *rupee*, tương đương khoảng 35.000 *đô-la* Mỹ.

Việc xây dựng tu viện *Shedrub Chokhor Ling* hoàn tất vào năm 1966. Những thánh vật và *xá-lợi* mang theo từ Tây Tạng được tôn trí tại đây. Vào ngày đầu năm mới theo lịch Tây Tạng, đức *Gyalwa Karmapa* chính thức tuyên bố nơi đây là trụ sở mới các vị *Karmapa* với tên gọi là Trung tâm Hoằng pháp (*The Dharmachakra Center*), là nơi đáp ứng những điều kiện tu tập và hành trì giáo pháp cho tất cả mọi người dưới sự dẫn dắt của các đức *Karmapa*.

Năm 1974, đức *Karmapa* đời thứ mười sáu bắt đầu chuyến du hóa đầu tiên trên thế giới. Trong chuyến đi này, ngài viếng thăm Hoa Kỳ, *Canada* và một số nước châu Âu. Cùng đi với ngài có các bậc đạo sư khác của phái *Karma Kagyu* và rất nhiều vị tăng sĩ. Ngài đã có rất nhiều buổi thuyết giảng giáo pháp gây ảnh hưởng sâu xa trong cộng đồng phương Tây. Ngài cũng thực hiện nhiều nghi lễ ban phước lành, lễ truyền pháp cũng như đưa ra những lời khuyên dạy về phương thức tu tập cho Phật tử ở những nơi ngài viếng thăm.

Vào khoảng giữa tháng giêng năm 1975, đức *Karmapa* có đến *Rome* để gặp gỡ lần đầu tiên với đức Giáo hoàng *Paul* Đệ lục.

Trong năm 1976-1977, đức *Karmapa* du hóa phương Tây một lần nữa với những buổi tiếp xúc và truyền pháp được mở rộng hơn. Tiếp theo đó là một chuyến đi dài vòng quanh thế giới, ngài đã viếng thăm các trung tâm tôn giáo trên khắp các châu lục, gặp gỡ các nhà lãnh đạo chính trị, tôn giáo ở nhiều quốc gia, cũng như tiếp xúc với đông đảo quần chúng thuộc đủ mọi tầng lớp trong xã hội.

Trong khoảng hai thập niên 1960 và 1970, hoàng gia *Bhutan* đã cúng dường đức *Karmapa* một tòa lâu đài và một vùng đất rộng để ngài có thể thiết lập một tu viện lớn. Mối quan hệ giữa ngài và *Bhutan* càng được củng cố chặt chẽ hơn nữa qua hai thập kỷ này.

Vào ngày 28 tháng 11 năm 1979, đức *Karmapa* đặt nền móng đầu tiên cho việc xây dựng một trung tâm hoằng pháp nằm về phía đông nam *New Delhi*, Ấn Độ, trong một buổi lễ long trọng có sự tham dự của Tổng thống và Thủ tướng Ấn Độ. Trung tâm hoằng pháp này dự kiến sẽ là một cơ sở dành cho nghiên cứu học tập giáo pháp cũng như thực hành thiền định, và đặc biệt là đảm nhận cả việc phiên dịch, in ấn và phát hành kinh điển.

Tháng 5 năm 1980, đức *Karmapa* bắt đầu chuyến du hóa cuối cùng vòng quanh thế giới. Ngài viếng thăm Hy Lạp,

Anh, Hoa Kỳ và vùng Đông Nam Á. Trong chuyến đi này, ngài có nhiều buổi thuyết giảng giáo pháp và tổ chức các buổi lễ đội vương miện kim cương, lễ truyền pháp, trả lời phỏng vấn của giới báo chí, nói chuyện với công chúng và tham gia nhiều hoạt động phúc lợi xã hội.

Ngày 5 tháng 11 năm 1981, đức *Karmapa* đời thứ mười sáu để lại một di thư và viên tịch trong một bệnh viện tại *Zion*, một địa điểm gần *Chicago*, thuộc bang *Illinois*, Hoa Kỳ. Di thể (*kudung*) của ngài được đưa về Ấn Độ bằng máy bay.

Ngày 20 tháng 12 năm 1981, lễ hỏa táng nhục thân đức *Karmapa* được cử hành ở tu viện tại *Rumtek*. Nhân dân Ấn Độ và hàng chục ngàn đệ tử của ngài từ khắp nơi trên thế giới đã quy tụ về đây để tham dự buổi lễ này.

Ngày 21 tháng 12 năm 1981, *xá-lợi* của ngài thu thập sau lễ hỏa táng được đặt trong một hộp thiêng (*jangchub chorten*) để thờ kính.

Một cuộc họp mở rộng các vị lãnh đạo của phái *Karma Kagyu* được tổ chức tại *Rumtek* theo sự triệu tập của *Dhamchoe Yongdu*, vị trợ lý thứ nhất của đức *Karmapa* đời thứ mười sáu. *Dhamchoe Yongdu* đã yêu cầu bốn vị *Rinpoche* lớn là *Shamar Rinpoche*, *Tai Situ Rinpoche*, *Jamgon Kongtrul Rinpoche* và *Goshir Gyaltsab Rinpoche* cùng nhau thành lập một hội đồng để tạm điều hành mọi hoạt động của tông phái. Hội đồng này cũng chịu trách nhiệm về việc nghiên cứu các chi tiết trong di thư của đức *Karmapa* để tìm ra hóa thân tái sinh của ngài. Cả 4 vị *Rinpoche* đã nhận lãnh trách nhiệm và bày tỏ sự mong muốn sẽ sớm hoàn tất được những ý nguyện của đức *Karmapa*.

Trong suốt cuộc đời mình, đức *Karmapa* đời thứ mười sáu đã thể hiện tấm gương mẫu mực của một vị đạo sư chứng ngộ. Những lời dạy của ngài mang lại lợi ích lớn lao trong cuộc sống cho tất cả những ai có may mắn được gặp ngài, và ngay cả cho những ai chỉ được biết đến những lời dạy ấy qua sự truyền tụng, ghi chép.

Cũng tương tự như tất cả những vị đạo sư chứng ngộ từ xưa nay, ngài thể hiện những quyền năng mầu nhiệm và những thần thông tự tại mà kiến thức thông thường của con người không thể nào lý giải được. Việc ngài để lại những dấu chân trên đá cứng là một sự thật được nhiều người truyền tụng, nhưng không ai có thể giải thích được là vì sao ngài có thể làm được điều đó!

Một hôm, khi ngài đang tắm ở suối nước nóng *Tarzi*, những con rắn độc từ trong các khe đá gần đó kéo nhau bò ra và quấn quanh người ngài, nhưng ngài vẫn tươi cười không biểu lộ chút gì sợ hãi. Và sự thật là chúng không hề làm hại ngài!

Có một lần, trước sự chứng kiến của rất đông người, ngài cầm trên tay một thanh kiếm to nặng và nhẹ nhàng uốn cong nó lại, quấn tròn và gút lại như thể đó là một sợi dây mềm mại.

Nhiều người được chứng kiến đã kể lại rằng, với sự hiện diện của ngài, nhiều loài vật bình thường vốn chẳng bao giờ ưa thích nhau bỗng trở nên hiền hòa và biểu lộ sự thương yêu, gần gũi nhau.

Một lần ở *Rumtek*, sau khi chụp ảnh đức *Karmapa*, người thợ nhiếp ảnh đã bàng hoàng kinh ngạc sau khi rửa ảnh vì nhìn thấy ở vị trí của ngài trong bức ảnh lại chẳng có gì cả, giống như đó là một vật thể vô hình. Ông ta đã khảo sát rất kỹ âm bản phim và bản in phóng đại của bức ảnh nhưng không tìm thấy một lỗi kỹ thuật nào. Vì thế, ông hoàn toàn không thể đưa ra bất cứ lời giải thích nào cho hiện tượng kỳ lạ này.

Những hiện tượng mầu nhiệm như trên trong cuộc đời ngài còn có thể kể ra nhiều vô số. Tuy nhiên, phần lớn đều được truyền tụng bởi những người Phật tử, bởi những người hết lòng tin kính ngài. Điều gây ấn tượng nhất đối với thế giới phương Tây có lẽ chính là khi ngài thể hiện sự mầu nhiệm ấy cho cả những người chưa từng biết đến Phật pháp cũng được chứng kiến. Đó là vào thời điểm ngài viên tịch.

Điều không sao giải thích được đã xảy ra tại bệnh viện *American International Clinic* ở *Zion* thuộc bang *Illinois*, Hoa Kỳ, nơi ngài viên tịch, và được ghi chép lại bởi một bác sĩ người Ấn Độ là *Kotwal*. Ông này đã chịu trách nhiệm về việc chăm sóc sức khỏe cho đức *Karmapa* trong nhiều năm.

Vào thời điểm đức *Karmapa* viên tịch, cơ thể của ngài vẫn giữ nguyên tư thế thiền định trong 3 ngày liền. Suốt thời gian này, trái tim ngài vẫn giữ được độ ấm và da thịt vẫn mềm mại như khi còn sống. Các bác sĩ đã vô cùng kinh ngạc khi chứng kiến sự thật này, mặc dù mọi dấu hiệu y khoa đều chứng tỏ là ngài thực sự đã chết. Rất nhiều nhân viên của bệnh viện đã tìm đến để có thể tận mắt chứng kiến sự kiện chưa từng có và không thể giải thích này. Chỉ sau 3 ngày, các dấu hiệu thông thường của sự chết mới bắt đầu xuất hiện nơi cơ thể ngài.

Trong buổi lễ hỏa táng nhục thân của đức *Karmapa* tại tu viện *Rumtek*, bốn vị *Rinpoche* đã tuần tự mang những vòng *mạn-đà-la* cúng dường lên ngài. Khi đến lượt *Tai Situpa*, vị này tiến lên phía bắc của dàn hỏa thiêu để dâng vòng *mạn-đà-la* và chợt nhìn thấy một vật gì đó rơi xuống từ di thể của đức *Karmapa* đang bốc cháy trong ngọn lửa. Khi *Tai Situpa* cho người đến xem thì mới biết đó chính là trái tim của đức *Karmapa*, vẫn còn nguyên vẹn dù có hơi cháy sém ở bề mặt. Trái tim này được giữ lại như một thánh vật, hiện được đặt trong một tháp nhỏ bằng vàng ở tu viện *Rumtek* để thờ kính.

Nhiều hạt *xá-lợi* được tìm thấy sau khi hỏa táng, và một số các mẩu xương vẫn còn nguyên vẹn cho thấy chúng đã được hình thành theo dáng của các tượng Phật. Những hiện tượng mầu nhiệm này hầu như lặp lại một cách chính xác những gì đã từng xảy ra trước đây khi đức *Karmapa* đời thứ nhất là *Düsum Khyenpa* viên tịch cách đây 8 thế kỷ!

Mấy ngày sau lễ hỏa táng, đại sư *Jamgön Kongtrul Rinpoche* tình cờ phát hiện có những dấu chân hài nhi in trên vòng *mạn-đà-la* đặt ở phía bắc của lễ đài. Có lẽ đức *Karmapa* đã để lại dấu hiệu cho thấy phương hướng nơi ngài sẽ tái sinh.

Thật ra, không chỉ những hiện tượng mang tính siêu nhiên như trên mới là mầu nhiệm, mà ngay chính cuộc đời của ngài cũng là cả một sự mầu nhiệm và hoàn hảo. Dưới sự hướng dẫn của ngài, các vị *Tulku* và *Rinpoche* của truyền thống *Karma Kagyu* đã tạo ra được sự quan tâm sâu sắc trong các cộng đồng dân cư ở Hoa Kỳ, châu Âu và cả ở vùng Đông Nam Á, thông qua các trung tâm hoằng pháp và tu tập mà ngài đã thành lập và điều hành.

Ngài đã dành trọn cả đời mình để tạo ra nền tảng quan trọng và thiết yếu cho việc truyền giảng giáo pháp cũng như sự phát triển của Phật pháp trên toàn thế giới, thông qua việc giáo dục, đào tạo các vị *Lạt-ma* và tăng sĩ trẻ tuổi, nuôi dưỡng sự phát triển của tăng đoàn, và hỗ trợ vật chất cũng như tinh thần cho việc in ấn, thu thập và phiên dịch kinh điển cũng như luận giải của các vị Tổ sư.

Trong suốt cuộc đời, ngài đã chủ trì lễ xuất gia cho nhiều ngàn vị tăng, nhận biết và đào tạo hàng trăm vị *Tulku*. Đặc biệt, ngài đã tổ chức việc in ấn và phát hành đến rất nhiều trung tâm tu học bản in đầy đủ của Tam tạng kinh điển (Kinh, Luật, Luận) và những bản sớ giải, luận giải quan trọng kèm theo. Đây là một khối lượng bản in cực kỳ đồ sộ và đòi hỏi những khoản kinh phí khổng lồ, nhưng ngài đã thực hiện được điều đó chỉ hoàn toàn dựa vào nếp sống đạo hạnh của mình.

Niềm tin mà đức *Karmapa* tạo ra cho tất cả những ai đã từng được tiếp xúc với ngài đã khiến cho sự ra đi của ngài không để lại bất cứ sự xáo trộn tinh thần nào. Mọi người đều tin chắc rằng không bao lâu ngài sẽ trở lại thế giới này để tiếp tục dẫn dắt họ trên con đường vươn lên chân lý giải thoát.

Và điều này đã trở thành hiện thực khi tin tức về sự tái sinh của ngài tại Tây Tạng được chính thức công bố và Văn phòng nội các của đức *Đạt-lai Lạt-ma* đời thứ 14 đã ra thông báo xác nhận vào ngày 30 tháng 6 năm 1992.

Đại sư thứ mười bảy:

URGYEN TRINLEY DORJE (1985 -)

Đức *Karmapa* đời thứ mười bảy sinh ngày 8 tháng 5 năm Mộc Sửu theo lịch Tây Tạng, nhằm ngày 26 tháng 6 năm 1985, tại *Lhathok*, thuộc miền đông Tây Tạng, trong một gia đình du mục. Cha ngài tên là *Karma Döndrub* và mẹ là *Gazi Loga*. Gia đình ngài sinh sống nhờ vào việc nuôi dưỡng một đàn bò khoảng 80 con, liên tục di chuyển từ vùng này đến vùng khác trên đồng cỏ bao la, thay đổi tùy theo bốn mùa trong năm.

Gia đình ngài được kính trọng trong số khoảng 70 gia đình du mục cùng sống chung với nhau thành đoàn, với khoảng hơn 400 nhân khẩu. Những người dân du mục này dễ dàng được nhận ra với làn da rám nắng và đôi gò má lúc nào cũng ửng đỏ. Cuộc sống của họ gắn liền với những lều trại liên tục di chuyển trên thảo nguyên.

Mặc dù vậy, theo một tập quán đã có từ lâu đời, ông bà *Döndrub* đã mang đứa con trai đầu tiên đến tu viện *Kampagar* của dòng *Nyingma*, một trong các tu viện của *Khamtrul Rinpoche* để chuẩn bị cho việc trở thành một tăng sĩ trong tương lai. Sau đó, họ lần lượt hạ sinh cả thảy 5 đứa con, nhưng tất cả đều là con gái. Hết lòng mong muốn có được một đứa con trai, họ tìm đến đại sư *Karma Norzang* để thỉnh cầu sự giúp đỡ. Vị đại sư này nổi tiếng là *Milarepa* tái sinh. Ngài ban cho họ những lời khuyên, và họ đã cố gắng hết sức mình thực hiện đúng những lời khuyên ấy.

Theo lời khuyên của đại sư *Karma Norzang*, ông bà *Döndrub* thường xuyên cầu nguyện, lễ bái, và kèm theo đó là bố thí cho người nghèo khó, thí thức ăn cho loài vật như chim, cá... và họ cũng hành hương đến thánh địa *Lhasa*. Họ đã thực hiện những việc này với tất cả sự thành tâm cầu nguyện, nhưng có lẽ những hạt giống tốt lành ấy vẫn còn chưa đủ thời gian để nảy mầm, nên đứa con tiếp theo của họ vẫn là con gái.

Vào lúc ông bà *Döndrub* muốn tiếp tục thỉnh cầu sự ban phước để có được một đứa con trai thì đại sư *Karma Norzang* đã viên tịch. Vì thế, họ tìm đến để thỉnh cầu sự chỉ dạy của đại sư *Amdo Palden*, vị trụ trì ở tu viện *Kalek*, một tu viện dòng *Karma Kagyu*, vốn trước đây thuộc về đức vua *Lhatok*. Thoạt tiên, đại sư *Amdo Palden* không dám chắc rằng có thể giúp được gì cho trường hợp của hai người, nhưng sau nhiều lần thiền định quán chiếu ngài chấp nhận giúp hai người đạt được ý nguyện. Ngài nói rằng, họ có thể sinh được một người con trai, nhưng phải hứa chắc là sẽ giao đứa bé cho ngài chăm sóc và nuôi dưỡng. Ông bà *Döndrub* vui mừng chấp nhận và hứa chắc với ngài là họ sẽ làm như vậy. Đại sư *Amdo Palden* liền tổ chức một buổi lễ ban phúc cho họ.

Không bao lâu sau đó, bà Gazi Loga mang thai. Trong thời gian mang thai, bà nằm mộng thấy 3 con hạc trắng bay đến dâng lên cho bà một bát sữa chua. Trên mặt váng sữa, bà nhìn thấy những dòng chữ sáng rực màu vàng, cho biết rằng bà sắp sinh ra một người con trai. Những con hạc trắng nói với bà rằng chúng được *Guru Rinpoche* sai đến để báo trước việc bà sẽ hạ sinh một bé trai, nhưng bà cần phải giữ kín điều này cho đến thời điểm thích hợp trong tương lai.

Một lần khác, bà mơ thấy có 8 biểu tượng tốt lành xoay quanh trong một vầng sáng cầu vồng bảy sắc tỏa ra từ vị trí trái tim của bà.

Một đêm trước khi ngài sinh ra, cha ngài nhìn thấy những vầng sáng cầu vồng trên mái lều họ đang ở. Ông vô cùng ngạc nhiên vì mặt trời đã khuất sau dãy núi từ lâu.

URGYEN TRINLEY DORJE (1985 -)

Đứa bé được sinh ra một cách dễ dàng, không đau đớn, ngay trước lúc những tia nắng đầu tiên chiếu sáng căn lều. Cùng lúc ấy, một con chim lớn đậu xuống nóc lều và cất tiếng hót lảnh lót.

Hai ngày sau đó, trong không trung bỗng vang lừng âm thanh êm dịu và trầm ấm như tiếng tù và bằng vỏ ốc. Tất cả những người dân du mục quanh đó đều nghe thấy. Đức *Karmapa* đời thứ mười sáu đã có mô tả về âm thanh này trong bức di thư của ngài khi nói rõ về sự tái sinh sắp tới. Thoạt tiên, những người bên ngoài đều nghĩ rằng âm thanh ấy xuất phát từ bên trong căn lều, và những người trong lều lại cho rằng nó vang lên từ bên ngoài. Nhiều người liên tưởng đến tiếng lễ nhạc thường được cất lên khi có sự xuất hiện của các vị *Lạt-ma* cao cấp, nhưng họ lại không nhìn thấy gì cả. Chỉ sau đó, mọi người mới biết là âm thanh kỳ diệu kia đã vọng xuống từ không trung. Âm thanh kỳ diệu này kéo dài qua buổi trưa và đến hơn 2 giờ sau đó. Rồi những cánh hoa tươi bỗng xuất hiện và rơi xuống từ giữa không trung. Và không lâu sau đó, mọi người đều nhìn thấy giữa không trung xuất hiện cùng lúc 3 mặt trời chói lọi, với một vầng sáng bảy màu bao quanh mặt trời ở giữa. Hiện tượng này không chỉ được nhìn thấy bởi những người trong vùng, mà tất cả những người dân ở miền đông Tây Tạng đều xác nhận là họ cũng nhìn thấy.

Khi ông *Döndrub* và bà *Loga* tìm đến đại sư *Amdo Palden* để xin ngài ban một tên gọi cho đứa con trai mới ra đời, theo như tập quán của người dân Tây Tạng, ngài bảo họ rằng đây là một đứa bé rất đặc biệt nên một vị trụ trì tầm thường như ngài không nên đặt tên cho nó. Ngài nói rằng, phải là một bậc thầy vĩ đại như vị *Tai Situpa* mới có thể đặt tên cho đứa trẻ này, và vì thế họ nên chờ đợi cho đến lúc điều đó có thể được thực hiện.

Nhưng dù sao cũng cần có một tên gọi tạm thời cho đứa bé, nên cha mẹ ngài liền sử dụng tên gọi mà người chị của ngài bảo rằng đã nhận được từ một người bên bờ sông ngay sau khi ngài vừa được sinh ra. Tên gọi ấy là *Apo Gaga*, trong tiếng Tây Tạng có nghĩa là "*đứa em trai mang lại niềm vui*".

Từ khi còn rất nhỏ, *Apo Gaga* đã tỏ ra vô cùng đặc biệt, với những năng lực và dự cảm phi thường. Chẳng hạn, ngài có thể nói chính xác cho mọi người biết chỗ để tìm kiếm những con cừu hay gia súc bị lạc mất. Điều tất nhiên là khi tin đồn này loan ra, tu viện *Kampagar* nơi cha mẹ ngài đang sống liền đề nghị cha mẹ ngài cho ngài đến tu viện để được nuôi dưỡng và đào tạo theo phương thức đặc biệt nhằm có thể trở thành một vị *Lạt-ma* mang lại hạnh phúc và lợi ích cho nhiều người. Nhưng vào lúc đó, đại sư *Amdo Palden* nhắc lại lời hứa trước đây của cha mẹ ngài, và nhận đưa ngài về tu viện *Kalek* để ông tự tay chăm sóc và nuôi dạy.

Tu viện *Kalek* nằm cách xa nơi gia đình ngài đang ở nên có phần bất tiện, nhưng cha mẹ ngài vẫn nhớ lời đã hứa và đồng ý gửi ngài cho đại sư *Amdo Palden*. Dù vậy, để yên lòng hơn họ liền tìm đến một vị tiên tri rất giỏi trong vùng và hỏi về tương lai đứa bé. Vị này nhìn thấy một vỏ ốc lớn màu trắng với vòng xoáy theo chiều kim đồng hồ, và dự báo rằng *Apo Gaga* sẽ là người mang đến lợi ích lớn lao cho rất nhiều người, nhưng tương lai của đứa bé chưa thể biết rõ trước lúc 8 tuổi. Cách tính tuổi của người dân Tây Tạng cũng tương tự như cách tính theo âm lịch của người Việt Nam, nên năm dự báo của vị tiên tri này là năm 1992.

Em bé *Apo Gaga* trải qua khoảng 4 năm được dạy dỗ đặc biệt ở tu viện *Kalek*, với sự dẫn dắt của một vị *Lạt-ma* tái sinh chưa được biết đến. Ngài có một cái ngai nhỏ trang trọng ở bên cạnh điện thờ chính để ngồi và một người hầu lúc nào cũng ở bên cạnh để giúp ngài trong mọi việc. Ngài không được phép tham gia các trò chơi đùa thông thường như những đứa trẻ khác, và tất cả bọn chúng lúc nào cũng bày tỏ sự kính trọng đối với ngài.

Thỉnh thoảng ngài có đến thăm gia đình ở nơi làng du mục đang sống. Những lúc này, cha ngài kể lại rằng ngài thường chơi đùa bằng cách xây lên những tu viện tí hon với đất và đá, hoặc tự làm một cái ngai nhỏ rồi ngồi lên đó và đọc những lời cầu nguyện. Họ cũng kể rằng ngài thường cưỡi trên lưng những con thú chạy lên đồi, và thường khóc khi thấy chúng bị đánh đập hay giết hại. Ngài luôn biểu lộ lòng từ bi, thương yêu tất cả. Ngài tỏ ra đặc biệt quan tâm đến cây cối, thường xuyên trồng và chăm sóc những cây xanh. Ngài cũng bày tỏ sự không hài lòng khi nhìn thấy có ai chặt phá cây cối. Những dòng suối nhỏ thường xuất hiện ở những nơi ngài trồng xuống nhiều cụm cây xanh.

Vào năm 1992, ngài bỗng nhiên thúc giục cha mẹ phải dời đến đồng cỏ mùa hè sớm hơn một tháng so với dự tính, nhưng không giải thích lý do. Mặc dù không hiểu vì sao, nhưng cha mẹ ngài vẫn nghe lời và dời trại sớm hơn. Chính điều này đã giúp họ đến đúng vị trí dự báo trong di thư của đức *Karmapa* đời thứ mười sáu, và đúng vào lúc phái đoàn tìm kiếm ngài cũng vừa đến đó.

Apo Gaga đã chuẩn bị sẵn sàng mọi thứ để ra đi. Ngài sắp xếp gọn gàng một số đồ vật, hành lý ngay trước khi nhóm đi trước của phái đoàn tìm kiếm ngài đến nơi. Ngài thức dậy sớm hơn vào hôm đó và xếp gọn một số quần áo rồi đặt lên lưng con dê của mình, một con dê đặc biệt không có sừng, và nói với mẹ rằng những tu sĩ của ngài đang đến, và ngài đã sẵn sàng để lên đường đi với họ về tu viện của mình. Ngài nói, nếu có thể được thì ngài sẽ mang theo một vài vật kỷ niệm của tu viện *Kalek*. Người anh của ngài là *Yeshe Rabsal* đang ở tại *Kalek* khi nhóm đi trước của phái đoàn tìm kiếm ngài vừa đến. Họ gọi *Yeshe Rabsal* từ trên đồi xuống để nói cho biết rằng những tu sĩ được phái từ *Tsurphu* đến hiện đã đến *Katok* và đang trên đường đến *Barkor* để tìm kiếm hóa thân tái sinh của một vị *Lạt-ma* đặc biệt. Khi nghe được tin tức này, đức *Karmapa* trẻ tuổi đã cười lớn và nhảy múa reo mừng.

Cha mẹ ngài đã dựng lên một căn lều đặc biệt để tiếp đón phái đoàn. Sau những nghi thức chào hỏi thông thường, các vị tu sĩ liền hỏi mẹ ngài những chi tiết về ngài và về những giấc mơ của bà hoặc của bất cứ thành viên nào khác trong gia đình. Cha mẹ ngài kể lại tất cả những chi tiết về sự ra đời của ngài, về những dấu hiệu đặc biệt, về giấc mơ có những con hạc trắng, những giấc mơ của cha ngài và anh ngài, về con chim đến hót trên nóc lều, về âm thanh kỳ diệu vọng xuống từ không trung, về 3 mặt trời hiện ra... Thật ra, nhóm đi trước của đoàn tìm kiếm đã được nghe hầu hết những chi tiết này từ những người dân du mục khi họ dò hỏi trên đường tìm đến đây. *Lạt-ma Domo* thay mặt cho tu viện *Tsurphu* trao cho cha ngài một bản sao bức di thư của đức *Karmapa* đời thứ mười sáu và ông *Dondrup* ngay lập tức nhận hiểu được một cách chính xác về đứa con trai phi thường của mình.

Sau một vài trao đổi ngắn, những vị tu sĩ cùng nhau tháp tùng đức *Karmapa* trẻ tuổi đến tu viện *Kalek* để chờ hai vị *Akong Tulku Rinpoche* và *Sherab Tarchin* sẽ đến ngay trong vài ngày sau đó.

Không bao lâu, hai vị này đã đến. Và tin tức về sự phát hiện này liền được gửi về cho *Tai Situpa* và *Goshir Gyaltsab* đang ở Ấn Độ. Hai vị ngay lập tức thông báo việc này lên đức *Đạt-lai Lạt-ma*. Tại tu viện *Kalek*, khi những chi tiết về hóa thân tái sinh của đức *Karmapa* một lần nữa được khẳng định, hai vị *Akong Rinpoche* và *Sherab Tarchin* liền dâng lên cậu bé *Apo Gaga*, nay đã trở thành đức *Gyalwa Karmapa* đời thứ mười bảy, bộ lễ phục đặc biệt và những thánh vật thiêng liêng mà họ thay mặt hai vị *Tai Situpa* và *Goshir Gyaltsab* mang đến từ Ấn Độ.

Một số phẩm vật và quà tặng đặc biệt được mang đến dâng lên cho cha mẹ đức *Karmapa* để bày tỏ lòng biết ơn của tất cả mọi người về việc họ đã sinh thành và nuôi dưỡng ngài.

Mọi người cùng lưu lại *Kalek* một thời gian ngắn để trong khi chuẩn bị cho chuyến đi về *Tsurphu*. Hai vị *Akong Rinpoche* và *Sherab Tarchin* thay mặt cho *Tai Situpa* và *Goshir Gyaltsab*, và một phái đoàn khác cũng được cử đến từ *Tsurphu*. Sau đó, tất cả cùng tháp tùng đức *Karmapa* trên đường đến *Tsurphu*, nơi mà đức *Karmapa* đời thứ mười sáu đã rời đi trước đó 33 năm.

Trước khi đoàn người rời khỏi tu viện *Kalek*, giữa bầu trời đầy sương mù của hôm ấy bỗng nhiên xuất hiện 3 mặt trời chói lọi và hàng trăm người quanh đó đều có thể nhìn thấy rõ. Mặt trời ở giữa lớn hơn và có một quầng sáng bảy màu vây quanh, trong khi hai mặt trời bên cạnh nhỏ hơn và có những cụm mây bao quanh.

Ngày 15 tháng 6 năm 1992, đức *Karmapa* đến *Tsurphu* trong một khung cảnh vô cùng cảm động khi hàng ngàn người dân Tây Tạng vừa nghe tin đã nhanh chóng quy tụ về để đón mừng ngài.

Sau khi xuống xe, đức *Karmapa* đi về tu viện trên một con ngựa trắng được tô điểm xinh đẹp và nghiêm trang, với các vị tăng sĩ vây quanh mang những biểu ngữ lớn với lời chào mừng ngài, cùng với đầy đủ dàn lễ nhạc truyền thống. Đám đông đón rước ngài tháp tùng theo sau, nhiều người trong số đó cưỡi ngựa, tạo thành một quang cảnh vừa trang nghiêm vừa nhộn nhịp.

Đức *Karmapa* tiến vào tu viện *Tsurphu* dưới một cây lọng

vàng, nghi lễ chỉ dành cho những bậc đại sư, và được chào đón bởi một đám đông đang chờ sẵn. Rời khỏi lưng ngựa, ngài được mời đến ngồi trên một vị trí dành sẵn trước điện thờ chính. Các vũ công với trang phục "sư tử tuyết" thực hiện điệu múa sư tử cổ truyền chào đón ngài, và dâng "sữa sư tử" lên ngài. Một nhóm vũ công đeo mặt nạ tượng trưng cho các vị hộ pháp của dòng *Karma Kagyu* tiến đến chào ngài từng người một theo đúng nghi lễ như đối với các bậc thánh xưa kia, bày tỏ lòng mong muốn cho cuộc sống của ngài sẽ được dài lâu và khỏe mạnh.

Những buổi lễ chào mừng ngài tiếp tục kéo dài trong nhiều ngày sau đó và người dân Tây Tạng thuộc đủ mọi thành phần vẫn tiếp tục kéo đến để bày tỏ sự vui mừng. Mỗi ngày, đức *Karmapa* đều thực hiện nghi lễ ban phước lành cho tất cả mọi người.

Ngày 27 tháng 6 năm 1992, Chính phủ Trung Quốc chính thức công nhận ngài là hóa thân tái sinh đời thứ 17 của đức *Karmapa*. Ngài trở thành vị *Lạt-ma* tái sinh đầu tiên được chính phủ Trung Quốc công nhận kể từ năm 1959. Điều này gợi nhớ lại một sự thật là từ 8 thế kỷ qua, nhiều hóa thân tái sinh của đức *Karmapa* đã từng là đạo sư của các vị hoàng đế Trung Hoa.

Hai vị *Tai Situpa* và *Goshir Gyaltsab* đã được phép trở về Tây Tạng để tổ chức lễ đăng quang chính thức của đức Karmapa đời thứ mười bảy. Nhà cầm quyền cũng cho phép tổ chức một buổi lễ xuống tóc và đặt pháp danh cho ngài tại ngôi đền *Jo-kang* nổi tiếng ở *Lhasa*. Nơi đây có một pho tượng Phật *Thích-ca* do công chúa Văn Thành mang đến từ Trung Hoa khi bà trở thành hoàng hậu Tây Tạng vào thế kỷ 7. Tương truyền pho tượng này trước đó đã được mang từ Ấn Độ đến Trung Hoa, và nó đã được tạo ra ở Ấn Độ bởi một nghệ sĩ tên là *Visvakarman* ngay trong thời đức Phật còn tại thế. Pho tượng miêu tả đức Phật vào năm ngài được 12 tuổi, và đã được chính đức Phật ban phước lành sau khi hoàn tất. Người ta tin rằng bất cứ ai được nhìn thấy pho tượng này đều sẽ được nhiều may mắn.

Nhiều phái đoàn đại diện của các nhóm Phật giáo dòng *Karma Kagyu* từ các quốc gia trên thế giới đã chuẩn bị đến Tây Tạng để được tham gia buổi lễ đăng quang của bậc thầy trước đây đã khai sáng cho họ, và họ đã nôn nóng chờ đợi sự tái sinh của ngài từ lâu.

Theo đúng như dự báo trước đây của đại sư *Chojur Lingpa*, vị *Tai Situpa Pema Dönyö* sẽ trở thành thầy dạy chính của đức *Karmapa* đời thứ mười bảy. Dự báo này đã được đại sư *Chojur Lingpa* đưa ra từ trước đây gần một thế kỷ, khi ngài nhìn thấy những linh ảnh về các hóa thân của *Karmapa* cho đến tận đời thứ hai mươi mốt.

Vị *Tai Situpa* là người mà đức *Karmapa* đời thứ mười sáu đã giao lại bức di thư. Trong di thư cũng có nói đến việc ông sẽ là thầy dạy của vị *Karmapa* tái sinh.

Hai vị *Tai Situpa* và *Goshir Gyaltsab* đến Tây Tạng vào ngày 12 tháng 7 năm 1992. Họ đến ngay *Tsurphu* sau một đêm nghỉ lại thủ đô *Lhasa* và viếng thăm tu viện của *Pawo Rinpoche*, thực hiện lễ ban phước cho hàng trăm tín đồ nhiệt thành.

Tu viện *Tsurphu* được đức *Karmapa Düsum Khyenpa* thành lập từ năm 1190 và từ đó đến nay luôn là trụ sở chính cả tất cả các vị *Karmapa*. Vào thời điểm tiến hành cuộc *Cách mạng Văn hóa* thì *Tsurphu* có đến 900 tăng sĩ và bao gồm trong nó 4 tu viện với rất nhiều công trình xây dựng. Một trong bốn tu viện này là nơi ở của các vị *Goshir Gyaltsab* qua nhiều lần tái sinh từ xưa đến nay. Các vị *Goshir Gyaltsab* luôn là người thay mặt đức *Karmapa* để dẫn dắt tông phái trong thời gian chuyển tiếp giữa hai lần tái sinh. Trong tiếng Tây Tạng, "*gyaltsab*" có nghĩa là "*người nhiếp chính, người thay quyền*".

Vị đứng đầu tu viện *Tsurphu* lúc đó là *Drupon Dechen Rinpoche*, chính là bậc thầy ở *Rumtek* trước đây. Ông đã cùng với đức *Karmapa* đời thứ mười sáu rời Tây Tạng vào năm 1959, mang theo một số những *xá-lợi* và thánh vật từ *Tsurphu* đến *Sikkim*. Những *xá-lợi* và thánh vật này hiện đang được tôn trí tại *Rumtek*. Chính đức *Karmapa* đời thứ mười sáu đã khuyên ông trở về *Tsurphu* để đôn đốc việc xây dựng lại tu viện này. Trong thực tế, *Drupon Dechen Rinpoche* đã phải nỗ lực kiến tạo lại tất cả từ những đống đổ nát trong những năm gần đây, nhờ vào sự ủng hộ nhiệt thành của rất nhiều người.

Cuộc gặp gỡ đầu tiên giữa đức *Karmapa* đời thứ mười bảy và hai vị *Rinpoche* là một buổi tiếp xúc mang tính nghi thức truyền thống. Sau các nghi thức chào mừng bên ngoài điện thờ, hai vị được đưa đến để lễ bái đức *Karmapa* lần đầu tiên và dâng phẩm vật cúng dường lên ngài. Những ngày sau đó, sự tiếp xúc mới dần trở nên thân mật, cởi mở và vui vẻ vì không còn mang nặng hình thức lễ nghi. Những mối quan hệ thành tín, tôn kính và yêu thương lẫn nhau được phát triển một cách tự nhiên và mãnh liệt. Theo niềm tin của người Tây Tạng, ba vị là hóa thân của đức Bồ Tát Quán Thế Âm (*Avalokiteśvara*), Bồ Tát Di-lặc (*Maitreya*) và Bồ Tát Kim Cang Thủ (*Vajrapāṇi*) và đã từng gặp gỡ, giúp đỡ nhau trong công cuộc độ sinh từ nhiều thế kỷ qua.

Cũng giống như *Akong Rinpoche* trong hơn một tháng qua, hai vị *Tai Situpa* và *Gyaltsab* bắt đầu khám phá ra những mối quan hệ chuyển tiếp nổi bật trong tính cách của vị *Karmapa* đời thứ mười bảy với đức *Karmapa* trước đây. Ngài cũng biểu lộ sự tự tin, không sợ sệt, luôn vui tính và chân thành thương yêu với một tâm lượng từ bi vô hạn, không khác gì so với đức *Karmapa* trước đây.

Lễ xuống tóc của đức *Karmapa* được tổ chức tại ngôi đền thiêng *Jo-kang* ở *Lhasa*, vào sáng sớm ngày 2 tháng 8 năm 1992. Hai vị *Tai Situpa* và *Goshir Gyaltsab* tiến hành các nghi lễ trước thánh tượng đức Phật *Thích-ca*, tượng trưng cho sự hiện hữu của đức Phật trong buổi lễ. Đây là lần thứ hai trong lịch sử một vị *Karmapa* nhận lễ xuống tóc tại ngôi đền này. Nhiều phẩm vật cúng dường được gửi đến dâng lên ngài, và có cả quà tặng từ đức *Đạt-lai Lạt-ma*: một lời cầu chúc trường thọ và khỏe mạnh, một tấm khăn choàng đã được ngài ban phúc, và một tràng hạt của chính ngài. Các đại diện của nhà cầm quyền tại *Lhasa* cũng có mặt trong buổi lễ.

Sau buổi lễ xuống tóc, đức *Karmapa* chính thức nhận một tên gọi mới đã được dự báo bởi đại sư *Chogyur Dechen Lingpa* là *Pal Khyabdak Rangjung Urgyen Trinley Dorje*.

Ngày 27 tháng 9 năm 1992, hơn 20.000 Phật tử từ khắp nơi đã tụ họp về *Tsurphu* để tham dự lễ đăng quang của đức *Karmapa*. Ngoài đại diện của các trung tâm tu học thuộc truyền thống *Karma Kagyu* trên toàn thế giới, còn có đại diện của tất cả các dòng phái Phật giáo khác tại Tây Tạng và đại diện của các tôn giáo khác. Tuy nhiên, chiếm đa số trong những người tham dự là các Phật tử Tây Tạng, nhiều người đã phải vượt hàng nghìn cây số để về đây. Nhiều vị *tulku* đã quy tụ về từ khắp các vùng thuộc Tây Tạng, Ấn Độ và quanh vùng *Hy-mã-lạp*. Đối với người dân Tây Tạng, việc được hiện diện tại buổi lễ này và có cơ hội nhìn thấy đức *Karmapa* có một ý nghĩa cực kỳ to lớn. Từ trước năm 1959, điều này vốn đã là một truyền thống lâu đời, và sự khao khát mong chờ của họ càng được nhân lên gấp bội vào thời điểm năm 1992, khi nhìn thấy hé ra một tia hy vọng mới cho tương lai Phật pháp của đất nước. Vì thế, trong dịp này vùng thung lũng

Tolung bao quanh *Tsurphu* trở thành một bãi cắm trại khổng lồ nhộn nhịp đầy màu sắc.

Sau lễ đăng quang của đức Karmapa, vào ngày 29 tháng 9 năm 1992, đức *Karmapa Urgyen Trinley Dorje* chủ trì một buổi lễ ban phúc cho hàng chục ngàn người. Buổi lễ kéo dài trong nhiều giờ, tuy có sự trợ giúp của hai vị *Tai Situpa* và *Gyaltsab* nhưng vị *Karmapa* chỉ mới 7 tuổi đã bộc lộ năng lực siêu việt với giọng nói vang rền và tự tin trước một cử tọa hàng chục ngàn người. Mặc dù mọi hoạt động Phật sự của một đức *Karmapa*, hóa thân của Bồ Tát Quán Thế Âm, đều được xem là quan trọng đối với người Tây Tạng, nhưng buổi lễ ban phúc này được xem như một khởi đầu tốt lành và hứa hẹn nhiều hoạt động tốt đẹp mà ngài chắc chắn sẽ làm vì mọi người trong cương vị của một đức *Karmapa*. Nhiều điềm lành xuất hiện như để làm tăng thêm lòng tin và sự vui mừng của những người dự lễ. Bầu trời quang đãng với chỉ một vài cụm mây trôi lãng đãng, nhưng lại có tuyết rơi nhẹ như những bông hoa trắng đẹp rơi xuống từ không trung, và từng bầy chim đông đảo bỗng tụ về một cách khác thường trong ngày hôm ấy, bay lượn thành những vòng tròn cao vút trên bầu trời xanh. Nhưng ấn tượng nhất đối với tất cả mọi người là một mống cầu vồng bảy màu vĩ đại bắc ngang qua cả bầu trời, hiện ra cao vút ở trên cả những bầy chim đang bay,

Sau khi chính thức nhận cương vị là một đức *Karmapa*, *Urgyen Trinley Dorje* bắt đầu giai đoạn học tập nghiêm túc với các vị thầy chính là *Tai Situpa* và *Gyaltsabpa*, cùng với sự giúp đỡ của *Drupon Dechen Rinpoche*, người đứng đầu tu viện *Tsurphu*. Ngài bắt đầu bộc lộ rõ khả năng của một vị *Karmapa* tái sinh trong việc học tập kinh điển. Ngài chỉ cần nghe qua một chủ đề hoặc đọc qua một bản kinh văn nào đó là có thể ngay lập tức nắm hiểu được. Đôi khi ngài còn tỏ ra thông thạo cả những vấn đề mà các vị thầy chưa hề đề cập đến.

URGYEN TRINLEY DORJE (1985 -)

Ngài bộc lộ sự thông minh, nhạy bén và một trí nhớ phi thường. Mặc dù vậy, các vị thầy dạy vẫn yêu cầu ngài phải học qua tất cả các môn học, các phần giáo pháp truyền thống, giống như tất cả các vị *Karmapa* trước đây đã làm. Điều này nêu lên một tấm gương chuyên cần cho tất cả mọi người noi theo. Mặc dù vậy, đối với một người Phật tử bình thường, cho dù có nỗ lực hết sức và được sự chỉ dạy tận tâm của những bậc thầy vĩ đại thì cũng không thể nào hoàn tất được hết thảy những gì mà vị *Karmapa* đã học, đơn giản chỉ vì đó là một khối lượng kiến thức quá nhiều!

Trong giai đoạn học tập đầu tiên, ngài được sự trợ giúp của hai vị thầy uyên bác và nhiều kinh nghiệm là *Omdze Thubten Zangpo* và *Lama Lodro Sherab*. Sau đó, *Lama Lodro Sherab* phải trở lại với tu viện *Rumtek* vì ở đó đang cần đến ông. Dưới sự hướng dẫn của *Omdze Thubten Zangpo*, ngài học tập những kỹ năng hành lễ và nghi thức truyền thống. Sau đó, ngài đã vượt qua được kỳ thi *Umdze*. "*Umdze*" có nghĩa là "thông thạo về các lễ nghi", và bao gồm rất nhiều phần nghi thức truyền thống khác nhau. Một học giả cư sĩ tên là *Lodro* cũng giúp đỡ ngài trong việc học. Đức *Karmapa* đã khiến cho tất cả mọi người đều phải kinh ngạc khi ngài học thuộc lòng một phần nghi thức tán tụng dài hơn 100 trang chỉ với thời gian chưa đến một tháng, và mỗi ngày chỉ dành chưa đến một giờ cho việc học nghi thức này!

Khoảng năm 1995, đức *Karmapa* bắt đầu có những linh ảnh trong thiền định giúp ngài phát hiện được sự tái sinh của nhiều vị đại sư, trong đó có cả những vị thầy nổi tiếng như *Pawo Rinpoche*, *Jamgon Kongtrul Rinpoche* và *Dabzang Rinpoche*.

Từ năm 1992 đến năm 1999, sự hiện diện của đức *Karmapa* đã mang lại niềm tin và sức mạnh cho đông đảo Phật tử Tây Tạng. Ngài chủ trì và thúc đẩy tiếp tục công việc xây dựng lại tu viện *Tsurphu*. Mặc dù trước đó, một số công trình hư hỏng của tu viện đã được ngài *Drupon Dechen Rinpoche* khôi phục, nhưng phải đến giai đoạn này thì việc trùng tu mới thực sự hoàn tất, với nhiều kiến trúc phức tạp nguyên sơ được khôi phục đầy đủ và nhiều công trình xây dựng mới được thêm vào để đáp ứng với sự phát triển của tu viện.

Ngày 28 tháng 12 năm 1999, đức *Karmapa* quyết định rời khỏi Tây Tạng vì tương lai phát triển của Phật pháp. Chỉ mấy ngày trước khi bước sang thiên niên kỷ mới, ngài cùng với một số ít các vị tùy tùng bí mật rời khỏi *Tsurphu* và tìm đường sang Ấn Độ. Ngày 5 tháng 1 năm 2000, ngài đến *Dharamsala*, Ấn Độ và lần đầu tiên yết kiến đức *Đạt-lai Lạt-ma*.

Đức *Karmapa* lưu trú tại Ấn Độ và sống gần *Dharamsala*. Ngài đã thực hiện một số chuyến đi tham bái các thánh tích Phật giáo tại Ấn Độ, và hằng năm đều chủ trì những buổi lễ truyền thống của dòng *Karma Kagyu* tại *Bồ-đề Đạo tràng* (*Bodhgaya*), nơi đức Phật thành đạo, và Lộc Uyển (*Sarnath*), nơi đức Phật lần đầu tiên chuyển pháp luân. Ngài cũng viếng thăm *Ladakh* (nơi định cư của người Tây Tạng ở miền nam Ấn Độ) và nhiều nơi khác trong vùng *Hy-mã-lạp*.

Cuối năm 2001, ngài chủ trì một buổi lễ quan trọng của dòng *Karma Kagyu*, với sự tham gia của đông đảo tăng sĩ thuộc dòng phái này từ khắp nơi trên thế giới, cùng quy tụ về ngôi đền *Mahabodhi* ở *Bồ-đề Đạo tràng* (*Bodhgaya*), ngay bên dưới cây *bồ-đề* mà trước đây đức Thế Tôn đã thành đạo. Đây là một nghi lễ được tổ chức hằng năm của dòng *Karma Kagyu*.

Năm 2002, ngài nhận lời mời của *Hội Phật giáo Đại Bồ-đề* (*Maha Bodhi Society*) của Ấn Độ, đến viếng thăm *Kolkata* ở miền đông Ấn Độ, như một vị thượng khách danh dự.

URGYEN TRINLEY DORJE (1985 -)

Cùng với đức *Đạt-lai Lạt-ma*, ngài cũng tham gia một số hoạt động Phật sự tại *Sarnath* ở miền bắc Ấn Độ, nơi đức Phật trước đây đã thuyết giảng giáo pháp lần đầu tiên.

Hiện nay ngài đang có dự tính sẽ rời *Dharamsala* để đến tu viện *Rumtek* ở *Sikkim*, trụ sở chính của các vị *Karmapa* ở bên ngoài Tây Tạng do đức *Karmapa* đời thứ mười sáu lập ra.

MỤC LỤC

DẪN NHẬP 5
DÜSUM KHYENPA (1110-1193) 51
KARMA PAKSHI (1206-1283) 61
RANGJUNG DORJE (1284-1339) 69
ROLPE DORJE (1340-1383) 75
DEZHIN SHEKPA (1384-1415) 79
THONGWA DHÖNDEN (1416-1453) 85
CHÖDRAK GYATSO (1454-1506) 89
MIKYÖ DORJE (1507-1554) 93
WANGCHUK DORJE (1555-1603) 99
CHÖYING DORJE (1604 - 1674) 103
YESHE DORJE (1676- 1702) 107
CHANGCHUP DORJE (1703 - 1732) 111
DÜDUL DORJE (1733 - 1797) 117
THEKCHOK DORJE (1798 - 1868) 123
KHAKHYAP DORJE (1871 - 1922) 127
RANGJUNG RIKPE DORJE (1923 - 1981) 133
URGYEN TRINLEY DORJE (1985 -) 149

Lời thưa

Trong kinh Pháp Cú, đức Phật dạy rằng: "Pháp thí thắng mọi thí." Thực hành Pháp thí là chia sẻ, truyền rộng lời Phật dạy đến với mọi người. Mỗi người Phật tử đều có thể tùy theo khả năng để thực hành Pháp thí bằng những cách thức như sau:

1. Cố gắng học hiểu và thực hành những lời Phật dạy. Tự mình học hiểu càng sâu rộng thì việc chia sẻ, bố thí Pháp càng có hiệu quả lớn lao hơn. Nên nhớ rằng **việc đọc sách còn quan trọng hơn cả việc mua sách.**

2. Phải trân quý kinh điển, sách vở in ấn lời Phật dạy. Khi có điều kiện thì mua, thỉnh về nhà để tự mình và người trong gia đình đều có điều kiện học hỏi làm theo. Không nên giữ làm của riêng mà phải sẵn lòng chia sẻ, truyền rộng, khuyến khích nhiều người khác cùng đọc và học theo. Không nên để kinh sách nằm yên đóng bụi trên kệ sách, vì **kinh sách không có người đọc thì không thể mang lại lợi ích.**

3. Tùy theo khả năng mà đóng góp tài vật, công sức để hỗ trợ cho những người làm công việc biên soạn, dịch thuật, in ấn, lưu hành kinh sách, **để ngày càng có thêm nhiều kinh sách quý được in ấn, lưu hành.**

Thông thường, việc chi tiêu một số tiền nhỏ không thể mang lại lợi ích lớn, nhưng nếu sử dụng vào việc giúp lưu hành kinh sách thì lợi ích sẽ lớn lao không thể suy lường. Đó là vì đã giúp cho nhiều người có thể hiểu và làm theo lời Phật dạy. Mong sao quý Phật tử khắp nơi đều lưu tâm đóng góp sức mình vào những việc như trên.

TINH YẾU THỰC HÀNH PHÁP THÍ

- *Mua thỉnh kinh sách về đọc, tự mình sẽ được rất nhiều lợi ích.*

- *Chia sẻ, truyền rộng bằng cách cho mượn, biếu tặng kinh sách đến nhiều người thì lợi ích ấy càng tăng thêm gấp nhiều lần.*

- *Đóng góp công sức, tài vật để hỗ trợ công việc biên soạn, dịch thuật, giảng giải, in ấn, lưu hành kinh sách thì công đức lớn lao không thể suy lường, vì có vô số người sẽ được lợi ích từ việc lưu hành kinh sách.*

Milton Keynes UK
Ingram Content Group UK Ltd.
UKHW050210250324
439991UK00013B/1642